AF528955

അടുക്കളെ അറിയാൻ

adukkala ariyan

•

pazhayidam mohanan namboothiri

•

first edition
february 2020

•

typesetting & published
chintha publishers, thiruvananthapuram

•

printed
akshara offset, thiruvananthapuram

•

cover
vinod mangoes

Distribution

DESHABHIMANI BOOK HOUSE
H O Thiruvananthapuram 695035
phone: 0471-2303026, 6063026
Email: chinthapublishers@gmail.com
Website: www.chinthapublishers.com

Branch

Head Office Kunnukuzhi • Statue Thiruvananthapuram • KSRTC Bus Station Alappuzha • KSRTC Bus Station Ernakulam • Machingal Lane Thrissur • IG Road Kozhikode • Mavoor Road Kozhikode • NGO Union Building Kannur • Central Bus Terminal Complex Thavakkara Kannur

---

CO - 2918 / 5214
ISBN - 978-93-89410-77-8

അടുക്കളെ അറിയാൻ

പഴയിടം മോഹനൻ നമ്പൂതിരി

ചിന്ത പബ്ലിഷേഴ്സ്
തിരുവനന്തപുരം-695 035

പഴയിടം മോഹനൻ നമ്പൂതിരി

കുറിച്ചിത്താനത്ത് പഴയിടത്ത് ഇല്ലത്ത് ജനനം. ദാമോദരൻ നമ്പൂതിരിയും പാർവ്വതി അന്തർജനവും മാതാപിതാക്കൾ. നാലു സഹോദരിമാരും നാലു സഹോദരൻമാരുമുണ്ട്. ഇരുപത്തിയെട്ടു വർഷമായി പാചകരംഗത്ത് പ്രവർത്തിച്ചുവരുന്നു. *അടുക്കള അറിയാൻ* ആദ്യ പുസ്തകം.

ഭാര്യ : ശാലിനി
മക്കൾ : യദു, മാളവിക
മരുമക്കൾ : അമൃത, മിഥുൻ
പേരക്കുട്ടി : ധൻവിൻ

വിലാസം : പി ഡി മോഹനൻ,
വടക്കേടത്ത്, കുറിച്ചിത്താനം
ഫോൺ : 9207401001, 9447876321

ഉള്ളടക്കം

പ്രസാധകക്കുറിപ്പ്

ഭക്ഷണം ഒരു സാംസ്കാരിക അടയാളമാണ്. ഭക്ഷണം പോലെതന്നെ ഭക്ഷണശീലവും മാറിക്കൊണ്ടിരിക്കുന്നു. തനത് എന്ന് വിശേഷിപ്പിക്കുന്ന പാചകരീതികളിൽ ഇതര രുചികളും രീതികളും ലയിച്ചു ചേരുന്നു. അതുവഴി പുതിയൊരു ഭക്ഷണസംസ്കാരം തന്നെ സൃഷ്ടിക്കപ്പെടുന്നു. ആധുനിക ശാസ്ത്രത്തിന്റെ കണ്ടെത്തലുകൾ ഭക്ഷണത്തെ കൂടുതൽ സമ്പുഷ്ടമാക്കാൻ സഹായിച്ചിട്ടുണ്ട്. വൈയക്തികവും പ്രാദേശികവുമായ ഒട്ടനവധി പാചക അറിവുകളുടെ സമാഹാരം കൂടിയാണീ പുസ്തകം. പാചകത്തെ കൂടുതൽ എളുപ്പവും രസകരവുമാക്കാൻ സഹായിക്കുന്ന ഈ പുസ്തകം തയ്യാറാക്കിയിരിക്കുന്നത് പാചക കലയിൽ വിസ്മയം തീർത്തുകൊണ്ടിരിക്കുന്ന പഴയിടം മോഹനനാണ്. രുചി വൈവിദ്ധ്യങ്ങൾ തേടുന്ന ഏതൊരു മലയാളി അടുക്കളയിലും ഈ പുസ്തകം ഇടംതേടുമെന്ന് പ്രതീക്ഷിക്കുന്നു.

ചിന്ത പബ്ലിഷേഴ്സ്

അടുക്കള അറിയാൻ

അടുക്കള അറിവുകളുടെ ഒരു സമാഹാരമാണിത്. എങ്ങനെ, എളുപ്പത്തിൽ, രുചിയോടെയുള്ള പാചകം സാദ്ധ്യമാകുമെന്നതിലേക്ക് ഈ പുസ്തകം വിരൽ ചൂണ്ടുന്നു. പാചകം സാദ്ധ്യമാക്കുന്നതിനുള്ള എളുപ്പ വഴികളാണിതിൽ നിറയെ ഉള്ളത്. ഇത് പാചക രഹസ്യങ്ങൾ കൂടിയാണ്. പലരും അടുക്കളയിൽ മറന്നുപോകുന്നത് ഒന്നുകൂടി ഓർത്തെടുക്കാൻ ഈ പുസ്തകം സഹായിക്കുന്നു. അറിയാത്ത പുതു അറിവുകൾകൂടി ഇതിലുണ്ട്. ഈ പുസ്തകം വീട്ടമ്മമാരുടെ ഒരു ചങ്ങാതിയാണ്. പാചക അറിവുകളും നുറുങ്ങുകളുമാണ് എല്ലാകാലവും വീട്ടമ്മമാരെ ഈ പുസ്തകത്തിലേക്ക് അടുപ്പിക്കുന്നത്. മുത്തശ്ശിമാർവഴി അറിയേണ്ടുന്ന അറിവുകൾ പുസ്തകത്തിലുണ്ട്. അതോടൊപ്പം പുതു അറിവുകളുമുണ്ട്. ഇതു പാചകം എളുപ്പമാകാൻ സഹായിക്കുന്നു. ഇതൊരു കൈപ്പുസ്തകമാണ്. അടുക്കള അറിവുകളുടെ ഒരു സമാഹാരംകൂടിയാണ്. ഇത് അടുക്കളയിൽ സൂക്ഷിക്കാൻ വേണ്ടിയുള്ളതാണ്. അതേസമയം പല അറിവുകളും മനസ്സിൽ സൂക്ഷിക്കാൻ വേണ്ടി കൂടിയുള്ളതാണ്. ഈ കൈപ്പുസ്തകം പാചകപ്രേമികൾക്ക് മുൻപാകെ സമർപ്പിക്കുകയാണ്.

പഴയിടം മോഹനൻ നമ്പൂതിരി

ഭക്ഷണം കൂടുതൽ സ്വാദിഷ്ഠമാക്കാൻ

പുട്ടിനു കൂടുതൽ രുചി കിട്ടാൻ പുട്ടുപൊടി നനയ്ക്കുമ്പോൾ വെള്ളത്തിന് പകരം തേങ്ങാവെള്ളം ചേർത്താൽ മതി.

പുട്ടിന്റെ പൊടി നനച്ചശേഷം മിക്സിയിൽ ചെറുതായി ഒന്നടിച്ചാൽ കൂടുതൽ മാർദ്ദവമുള്ള പുട്ടുണ്ടാക്കാം.

ചീര കറി വയ്ക്കുമ്പോൾ ഒരു നുള്ള് പഞ്ചസാര ചേർക്കുക. ചീരയുടെ നിറം നഷ്ടമാകില്ല. കറിക്ക് സ്വാദ് കൂടും.

പാചകത്തിന് ധാരാളം സവാള വഴറ്റിച്ചേർക്കേണ്ടതുണ്ടെങ്കിൽ അപ്പച്ചെമ്പിൽ വച്ച് ആവി കയറ്റിയശേഷം വഴറ്റുക. എണ്ണ കുടിക്കില്ല.

അച്ചാർ കട്ടിയായി പോയാൽ അതിൽ ഒരല്പം എണ്ണ ചൂടാക്കി ഒഴിക്കുക.

പച്ചക്കറികൾ വേവിച്ച വെള്ളം പോഷക സമൃദ്ധമായതുകൊണ്ട് വെറുതെ കളയരുത്. സൂപ്പിലോ, സാമ്പാറിലോ, രസത്തിലോ ചേർക്കാം.

സവാള വഴറ്റുമ്പോൾ പെട്ടെന്ന് മൂത്ത് കിട്ടണമെങ്കിൽ അല്പം പഞ്ചസാര തൂവിയാൽ മതി.

മീൻ പാകം ചെയ്യും മുൻപ്

ഉപ്പും, മുളകും, മഞ്ഞൾപ്പൊടിയും പുരട്ടുന്നതിനൊപ്പം അല്പം കടുക് പൊടിച്ചതും ചേർക്കുക. മീൻ പൊടിഞ്ഞു പോകില്ല.

കാബേജും കോളിഫ്ളവറും വേവിക്കുമ്പോൾ ഉണ്ടാകുന്ന മണം മാറാൻ വേവിക്കുന്ന വെള്ളത്തിൽ ഒരു കഷണം റൊട്ടി തുണിയിൽ പൊതിഞ്ഞ് ഇട്ടുവയ്ക്കുക.

കേക്കിനുണ്ടാകുന്ന മുട്ട മണം മാറാൻ മാവ് തയ്യാറാക്കുമ്പോൾ ഒരു ചെറിയ സ്പൂൺ തേൻ ചേർത്താൽ മതി.

മുട്ട ഫ്രിഡ്ജിൽ വയ്ക്കാതെയും കേടാകാതെ സൂക്ഷിക്കാം. മുട്ട യുടെ തോടിൽ അല്പം നെയ്യ് പുരട്ടി ചൂടേല്ക്കാത്ത സ്ഥലത്ത് സൂക്ഷി ച്ചാൽ മതി.

വിനാഗിരി ചേർത്ത അച്ചാറിൽ ഒരു നുള്ള് പഞ്ചസാര കൂടി ചേർ ത്താൽ സ്വാദ് കൂടും.

വാഴയ്ക്കയുടെയും വാഴക്കൂമ്പിന്റെയും കറ കളയാൻ അവ അരി ഞ്ഞു പത്തു മിനിട്ട് വെള്ളത്തിൽ ഇട്ടു വച്ചശേഷം മോര് കൊണ്ട് കഴു കിയാൽ മതി.

അച്ചാറുകൾ

അച്ചാർ ഇടുന്ന നെല്ലിക്കയോ, നാരങ്ങയോ ആകട്ടെ, അതൊന്നും തന്നെ അമിതമായി വേവിക്കരുത്.

ഒരേ പാകത്തിലുള്ള പഴങ്ങളും പച്ചക്കറികളും മാത്രം അച്ചാറിടാൻ ഉപയോഗിക്കുക.

നല്ല വിനാഗിരി തന്നെ തെരഞ്ഞെടുത്ത് വേണം അച്ചാറിലൊഴിക്കാൻ.

അച്ചാറിടുമ്പോൾ ചീത്തയായ പഴവും പച്ചക്കറിയുമൊക്കെ ആദ്യമേ തന്നെ തെരഞ്ഞെടുത്തു കളയണം.

ഗ്ലാസ്, സ്റ്റീൽ പാത്രങ്ങൾ, സെറാമിക് പാത്രങ്ങൾ എന്നിവ തെര

ഞ്ഞെടുത്തു അതിൽ മാത്രം അച്ചാർ ഇട്ടു വയ്ക്കുക.

പിച്ചള, ചെമ്പ്, ഇരുമ്പ് പാത്രങ്ങളിൽ അച്ചാറിട്ട് വച്ചാൽ അവ രാസപ്രവർത്തനത്തിന് വിധേയമാകുകയും അച്ചാറിന്റെ ചുവ മാറുകയും ചെയ്യും.

അച്ചാറിടുമ്പോൾ ശ്രദ്ധിക്കുക: അച്ചാർ മൂന്ന് ആഴ്ചയെങ്കിലും എടുക്കും അതിന്റെ സ്വാദിലേക്കെത്താൻ. അതിനാൽ മൂന്നാഴ്ചയെങ്കിലും മൂടി വച്ചശേഷം മാത്രമേ അച്ചാർ ഉപയോഗിച്ച് തുടങ്ങാവൂ.

ചൂടുള്ള സ്ഥലങ്ങൾ ഒഴിവാക്കി മാത്രം അച്ചാർ വയ്ക്കുക. ജലാംശം തട്ടാത്ത തണുപ്പുള്ളിടത്തു മാത്രം അച്ചാർ സൂക്ഷിക്കുക.

പാചകം എളുപ്പമാകാൻ

ചപ്പാത്തിക്ക് നല്ല മയം ഉണ്ടാകാൻ വെള്ളത്തിന് പകരം പാലോ, തൈരോ ചേർത്ത് കുഴയ്ക്കുക.

ഗോതമ്പ് മാവിൽ അല്പം റവ ചേർത്ത് കുഴച്ചാൽ പൂരിക്ക് സ്വാദ് കൂടും.

ചപ്പാത്തി മാവ് കുഴയ്ക്കാൻ വെള്ളം ഉപയോഗിക്കുന്നെങ്കിൽ അതിനു ചൂട് വെള്ളം മാത്രം ഉപയോഗിക്കുക. ചപ്പാത്തിക്ക് നല്ല മയം കിട്ടും.

ബജിമാവ് ഉണ്ടാക്കാൻ വെള്ളത്തിന് പകരം തേങ്ങാപ്പാൽ ചേർക്കുക. രുചി കൂടും.

ബജിക്കുള്ള മാവ് അല്പം സോഡ ചേർത്ത് കലക്കിയാൽ കൂടുതൽ കരുകരുപ്പ് കിട്ടും.

വറുക്കാൻ ഉപയോഗിക്കുന്ന എണ്ണ ചൂടാക്കുമ്പോൾ ചൂട് കൃത്യമായിരിക്കാൻ ശ്രദ്ധിക്കുക. ചൂട് അധികമായാൽ അത് വേഗത്തിൽ ബ്രൗൺ നിറമാകും. ഉൾവശം വേവുകയും ചെയ്യില്ല. ചൂട് കുറഞ്ഞാലോ വറുക്കുന്ന വസ്തു അധികം എണ്ണ വലിച്ചെടുക്കുകയും ചെയ്യും.

പച്ചക്കറികൾ വേവിക്കുമ്പോൾ നിറം മങ്ങാതിരിക്കാൻ അതിൽ അല്പം നാരങ്ങാനീരു ചേർത്താൽ മതി.

പച്ചക്കറികൾ വാടിപ്പോയാൽ നാരങ്ങാനീര് ചേർത്ത വെള്ളത്തിൽ ഒരു മണിക്കൂർ മുക്കി വച്ചാൽ മതി.

ദോശയും ഇഡ്ഡലിയും: ശ്രദ്ധിക്കേണ്ടത്

ദോശമാവ് കല്ലിൽ ഒഴിക്കുംമുൻപ് എണ്ണ തൂവരുത്. മാവ് ഒഴിച്ച് പരത്തിയശേഷം മാത്രം എണ്ണ ചുറ്റിലും, മുകളിലുമായി ഒഴിക്കുക.

ഇഡ്ഡലിക്കുള്ള ഉഴുന്ന് നന്നായി അരയണം. ഒരു സ്പൂൺ മാവ് വെള്ളത്തിലിട്ടാൽ അത് പൊങ്ങിക്കിടന്നാൽ നന്നായി അരഞ്ഞു എന്ന് മനസ്സിലാക്കാം.

ഇഡ്ഡലിമാവ് അരച്ച് അല്പം ചൂടുള്ള ഇടത്ത് വച്ചാൽ എളുപ്പം പൊങ്ങിക്കിട്ടും.

ഇഡ്ഡലിമാവ് പുറത്തു വച്ച് പുളിച്ചു പൊങ്ങിയശേഷം മാത്രം ഫ്രിഡ്ജിൽ വയ്ക്കുക.

ദോശ ഉണ്ടാക്കുന്ന തവ ദോശയ്ക്ക് മാത്രമായി നീക്കി വയ്ക്കുക. അതിൽ ചപ്പാത്തിയോ, ഓംലെറ്റോ ഉണ്ടാക്കിയാൽ ഒട്ടിപ്പിടിക്കാൻ ഇടയുണ്ട്.

ഇഡ്ഡലിമാവ് അരയ്ക്കുമ്പോൾ ഉഴുന്നും അരിയും വെവ്വേറെ മാത്രം അരയ്ക്കുക. അരച്ചശേഷം മാത്രം യോജിപ്പിക്കുക. മാവ് നന്നായി പൊങ്ങും.

വറുക്കുമ്പോൾ അറിയുക

വറുക്കാൻ ഉപയോഗിക്കുന്ന എണ്ണയിൽ ഒരു ചെറിയ ഉരുള പുളിയോ ഒരു വെറ്റിലയോ ഇട്ടിരുന്നാൽ എണ്ണയുടെ നിറം മാറില്ല.

എണ്ണ നന്നായി ചൂടായശേഷം മാത്രം വഴറ്റാനും മൂപ്പിക്കാനുമുള്ള ചേരുവ ചേർക്കുക

മസാല വഴറ്റുമ്പോൾ അവ പാത്രത്തിന്റെ അടിയിൽ പിടിക്കുന്നുണ്ടെങ്കിൽ പാകത്തിന് എണ്ണ ഇല്ലാ എന്നു മനസ്സിലാക്കുക.

ഏലയ്ക്കയും മറ്റും അതിന്റെ നിറം മാറും വരെ വേവിക്കണം. എന്നാൽ മാത്രമേ അ തിന്റെ ഗുണവും മണവും എണ്ണയിലേക്ക് ഇറങ്ങുകയുള്ളു.

മുക്കിപ്പൊരിക്കാനുള്ള മാവ് ഉണ്ടാക്കുമ്പോൾ അതിൽ അല്പം ചൂട് എണ്ണ ചേർത്താൽ വറുക്കുമ്പോൾ മാവ് എണ്ണ കുടിക്കില്ല.

നെയ്യ് ഉണ്ടാക്കാൻ വെണ്ണ ഉരുക്കുമ്പോൾ അതിൽ അല്പം കറിവേപ്പിലയും, ഉപ്പും, ഉലുവയും ചേർക്കുക. ഉപ്പു

ചേർത്താൽ നല്ല മയമുള്ള നെയ്യ് ലഭിക്കും. കറിവേപ്പില ഉപയോഗിക്കുന്നതുകൊണ്ട് നല്ല മണവും ഉലുവ ചേർക്കുന്നതുകൊണ്ട് നെയ്യ് കൂടുതൽ കാലം ഇരിക്കുകയും ചെയ്യും.

ഗ്യാസ് സ്റ്റൗ വൃത്തിയാക്കുമ്പോൾ

പാചകം കഴിഞ്ഞു സ്റ്റൗ നന്നായി തണുത്തശേഷം മാത്രം വൃത്തിയാക്കാൻ ശ്രമിക്കുക.

ഗ്യാസ് ബർണറിന്റെ ഭാഗങ്ങൾ അഴിച്ചെടുത്തു അല്പനേരം വെള്ളത്തിൽ കുതിർത്ത് ഇടുക. ശേഷം മാത്രം വൃത്തിയാക്കാൻ തുടങ്ങുക.

ഗ്യാസ് സ്റ്റൗ തട്ട് ഇളം ചൂട് വെള്ളത്തിൽ മുക്കിയ തുണികൊണ്ട് തുടച്ചു വൃത്തിയാക്കുക. ഒപ്പം സ്റ്റൗ വച്ചിരിക്കുന്ന ഇടവും വൃത്തിയാക്കണം.

വലിയ പാത്രത്തിൽ വെള്ളം നിറച്ചു ഡിഷ് വാഷിങ് സൊലൂഷൻ കലർത്തി ബർണറിന്റെ ഭാഗങ്ങൾ മുക്കി വയ്ക്കുന്നത് അഴുക്കു കളയാൻ സഹായിക്കും.

ബർണർ കഴുകാൻ കട്ടിയുള്ള സ്പോഞ്ച്, തുണി എന്നിവ ഉപയോഗിക്കാം.

ഗ്യാസ് സ്റ്റൗവിന്റെ ഗ്യാസ് പുറത്തു വരുന്ന ഇടങ്ങൾ നീളത്തിലുള്ള ചെറു കമ്പി കടത്തി വൃത്തിയാക്കാം.

കഴുകിയ ബർണർ ഭാഗങ്ങൾ ചെറു ചൂടുവെള്ളത്തിൽ കൂടി കഴുകിയ ശേഷം ഉണങ്ങിയ തുണിയിൽ പൊതിഞ്ഞു വയ്ക്കുക. ഈർപ്പം പോയ ശേഷം മാത്രം തിരികെ വയ്ക്കുക.

ഗ്യാസ് സ്റ്റൗവിൽ പറ്റിപ്പിടിച്ചിരിക്കുന്ന കറകൾ കളയാൻ കറയ്ക്ക് മുകളിൽ ബേക്കിങ് സോഡയിട്ട് 10 മിനിട്ട് വച്ചശേഷം ചൂട് വെള്ളത്തിൽ മുക്കിയ തുണികൊണ്ട് തുടച്ചാൽ മതി.

ഗ്യാസ് സ്റ്റൗവിനു ചുറ്റും ദുർഗ്ഗന്ധമുണ്ടെങ്കിൽ വിനാഗിരിയും വെള്ളവും തുല്യ അളവിൽ കലർത്തി സ്റ്റൗവ് തുടച്ചാൽ മതി.

നാരങ്ങയുടെയും, ഓറഞ്ചിന്റെയും തൊലികൊണ്ട് ഗ്യാസ് സ്റ്റൗവിൽ ഇടയ്ക്കിടെ ഉരസിയാൽ സ്റ്റൗവിന്റെ ദുർഗ്ഗന്ധം ഒഴിവാകും.

കേക്ക് ഉണ്ടാക്കുമ്പോൾ

അവ്ൻ കേക്ക് ഉണ്ടാക്കുന്നതിനുമുമ്പ് നിശ്ചിത ഡിഗ്രിയിൽ ചൂടാക്കി ഇടണം.

കേക്ക് ഉണ്ടാക്കുന്ന അവസരത്തിൽ അവ്ൻ ഇടയ്ക്ക് തുറക്കുമ്പോൾ വളരെ മെല്ലെ മാത്രം തുറക്കുകയും അടയ്ക്കുകയും ചെയ്യുക. വലിച്ചു തുറക്കുമ്പോൾ അവ്ന്റെ ഉള്ളിലുള്ള ചൂടിനു വ്യത്യാസം വരുന്നതുകൊണ്ടാണ് ഇപ്രകാരം ചെയ്യേണ്ടത്.

കേക്ക് ഉണ്ടാക്കുന്നതിനു മുൻപ് എല്ലാ ചേരുവകളും കൃത്യമായി അളന്നെടുത്തു വയ്ക്കണം. അളവുകൾ മാറിയാൽ കേക്ക് നന്നാകാറില്ല.

കേക്കിനുള്ള മൈദ അളന്നെടുക്കുമ്പോൾ സ്പൂൺ കൊണ്ട് കോരി മെഷറിങ് കപ്പിലാക്കണം. അത് കത്തികൊണ്ട് വരച്ചു സമനിരപ്പിലാക്കണം. അളക്കാനുള്ള കപ്പുകൊണ്ട് കോരിയാൽ അളവ് കൂടിപ്പോകും.

കേക്കിനുള്ള വെണ്ണ ഫ്രിഡ്ജിൽനിന്നും പുറത്തെടുത്തു വച്ച് തണുപ്പ് മാറി മൃദുവായശേഷം മാത്രമേ ഉപയോഗിക്കാൻ പാടുള്ളു. സമയം കുറവാണെങ്കിൽ വെണ്ണ ചെറിയ കഷണങ്ങളായി മുറിച്ച ശേഷം മൈക്രോവേവിൽ വച്ച് അഞ്ചു സെക്കന്റ് ഇടവിട്ട് ചൂടാക്കാം.

മുട്ടയും തണുപ്പ് മാറ്റിവേണം കേക്കിന് ഉപയോഗിക്കാൻ. സമയം കുറവാകുന്ന അവസരങ്ങളിൽ മുട്ട 10, 15 മിനിട്ട് ചെറു ചൂടുവെള്ളത്തിൽ ഇട്ടു വച്ച് ഉപയോഗിക്കാവുന്നതാണ്.

കേക്കിനുള്ള മാവ് ഒഴിക്കും മുൻപ് കേക്ക് ടിന്നിൽ നന്നായി വെണ്ണ പുരട്ടി തൂവണം. വെണ്ണ പുരട്ടാൻ പേസ്ട്രി ബ്രഷ് ഉപയോഗിക്കുന്നതാണ് നല്ലത്. മയം പുരട്ടി, അല്പം മൈദ തൂവി പാത്രത്തിൽ ഒന്ന് തട്ടിക്കൊടുത്താൽ പൊടി ഒരേപോലെ നിരന്നു കിട്ടും.

കേക്ക് നന്നാകാൻ കേക്ക് ടിന്നിന്റെ പകുതി അല്ലെങ്കിൽ മൂന്നി

ലൊന്നു മാത്രമേ മാവ് ഒഴിക്കാവൂ.

അവ്നിൽ വയ്ക്കുമ്പോൾ കേക്ക് ടിൻ അവ്ന്റെ വശങ്ങളിൽ തട്ടാതെ സൂക്ഷിക്കണം.

ബേക്ക് ചെയ്തു കേക്ക് പുറത്തെടുത്തു 10 മിനിട്ട് കഴിഞ്ഞു മാത്രം റാക്കിലേക്ക് കമിഴ്ത്തുക. പിന്നീട് കേക്ക് എടുത്തു പാത്രത്തിലാക്കുക. ഇങ്ങനെ ചെയ്താൽ കേക്ക് പൊട്ടിപ്പോകില്ല.

കേക്കിനു നല്ല മാർദ്ദവം കിട്ടാൻ വെണ്ണയും പഞ്ചസാരയും നന്നായി അടിച്ചു മയപ്പെടുത്തുക.

അടുക്കള മിന്നിത്തിളങ്ങാൻ

അടുക്കളയുടെ തറ ദിവസവും രണ്ടു തവണ തൂത്ത് വൃത്തിയാക്കാൻ ശ്രദ്ധിക്കുക.

രാവിലെയുള്ള പാചകം കഴിഞ്ഞ ശേഷവും രാത്രിയുള്ള പാചകം കഴിഞ്ഞ ശേഷവും തറ തുടച്ചു വൃത്തിയാക്കാൻ ശ്രദ്ധിക്കണം.

അടുക്കളയുടെ സിങ്ക് സ്റ്റീൽ കൊണ്ടുള്ളതാണെങ്കിൽ ചെറു ചൂട് വെള്ളവും, വീര്യം കുറഞ്ഞ ഡിറ്റർജന്റും ഉപയോഗിച്ച് കഴുകാം. പോറ

ലുകൾ വീഴുമെന്നതിനാൽ പരുപരുത്ത വസ്തുക്കൾ ഉപയോഗിച്ച് സിങ്ക് ഉരച്ചു കഴുകുന്നത് ഒഴിവാക്കുക.

ഗ്ലാസ് പാത്രങ്ങളും ജാറുകളും വെട്ടിത്തിളങ്ങാൻ നാരങ്ങാനീര് ചേർത്ത വെള്ളം ഉപയോഗിച്ച് കഴുകിയാൽ മതി.

സോസ് പാനിന്റെ അടിയിൽ ആഹാരം കരിഞ്ഞു പിടിച്ചാൽ സോസ് പാൻ നിറയെ ചൂട് വെള്ളം എടുത്തശേഷം രണ്ടു വലിയ സ്പൂൺ ഉപ്പും ചേർത്ത് നന്നായി തിളപ്പിക്കുക. അതിനുശേഷം ഉരച്ചു കഴുകിയാൽ പാത്രത്തിനുൾവശം എളുപ്പത്തിൽ വൃത്തിയാകും.

അല്പം വിനാഗിരി ഒഴിച്ച വെള്ളത്തിൽ കഴുകിയാൽ ഗ്ലാസ് പാത്രങ്ങൾക്ക് നല്ല തിളക്കം കിട്ടും.

ചെമ്പ് പാത്രത്തിന് നല്ല തിളക്കം കിട്ടാൻ പഞ്ഞി കുറച്ചു തൈരിൽ മുക്കി അതുകൊണ്ട് തുടച്ചാൽ മാത്രം മതി.

പ്രഷർ കുക്കറിന്റെ ഉള്ളിൽ കരിപിടിച്ചാൽ അതിൽ രണ്ടോ മൂന്നോ ജാതിക്കയുടെ തോട് മുറിച്ചിട്ട് വെള്ളം തിളപ്പിച്ചാൽ മതി. തണുത്ത ശേഷം കുക്കർ കഴുകുമ്പോൾ കറ മാറിയിരിക്കും.

ചീനച്ചട്ടിയിൽ കറി അടിയിൽ പിടിച്ചാൽ അല്പം കടലമാവ് വിതറി കഴുകിയാൽ മതി. പെട്ടെന്ന് തന്നെ ചീനച്ചട്ടി വൃത്തിയാകുന്നത് കാണാം.

പഴങ്ങളും പച്ചക്കറികളും സൂക്ഷിക്കുന്നത്

ആപ്പിൾ കഷണങ്ങളായി മുറിച്ചു അതിൽ പുരളാൻ മാത്രം അളവിൽ നാരങ്ങ നീര് തൂവുക. സുഷിരങ്ങളുള്ള പ്ലാസ്റ്റിക് കവറിലാക്കി ഫ്രിഡ്ജിൽ സൂക്ഷിക്കുക. രണ്ടാഴ്ചവരെ കേടുകൂടാതെ ഇരിക്കും.

നാരങ്ങ ഫ്രിഡ്ജിൽ തുറന്നു സൂക്ഷിക്കാം. ഉപയോഗിക്കും മുൻപ് 10 മിനിട്ട് ചെറു ചൂടുവെള്ളത്തിൽ മുക്കി വയ്ക്കുക. നീര് മുഴുവനായി ലഭിക്കും.

ബീറ്റ്റൂട്ടും, കാരറ്റും മുകൾഭാഗം ചെത്തിയ ശേഷം ഫ്രിഡ്ജിൽ പൊതിഞ്ഞു സൂക്ഷിക്കാം. രണ്ടാഴ്ചവരെ ഫ്രിഡ്ജിൽ കേടുകൂടാതെ ഇരിക്കും. പാകം ചെയ്യാൻ എടുക്കുമ്പോൾ മാത്രം കഴുകിയാൽ മതി.

ഫ്രിഡ്ജിൽ നനഞ്ഞ ടൗവൽ വിരിച്ചിട്ട ശേഷം അതിനു മുകളിൽ ചീരയും ഇലക്കറികളും സൂക്ഷിക്കാം. 35 ദിവസം വരെ ഇതു വാടാതെ

ഇരിക്കും.

ഉരുളക്കിഴങ്ങ് വെളിച്ചം തട്ടാത്ത ഇടങ്ങളിൽ പേപ്പറിൽ പൊതിഞ്ഞു മാത്രം സൂക്ഷിക്കുക. രണ്ടു മാസം വരെ കേടു കൂടാതെ ഇരിക്കും. വെളിച്ചവും ചൂടും തട്ടിയാൽ പച്ച നിറം പടരുകയും, ഉരുളക്കിഴങ്ങിൽ മുള പൊട്ടുകയും ചെയ്യും.

വഴുതനങ്ങ പ്ലാസ്റ്റിക് കവറിൽ ആക്കി ഫ്രിഡ്ജിൽ നല്ല തണുപ്പ് കിട്ടുന്ന ഇടത്ത് മാത്രം വയ്ക്കുക. നാല് ദിവസം വരെ ചീത്തയാവാതിരിക്കും.

പാചകം ചെയ്യുമ്പോൾ

കറിക്ക് വേണ്ടി പച്ചക്കായ മുറിക്കും മുൻപ് കൈയിലും കത്തിയിലും എണ്ണ പുരട്ടുക. കറ കളയാൻ എളുപ്പമാകും.

കൂന്തൽ മത്സ്യം കറിവയ്ക്കും മുൻപ് പാലിൽ കുതിർത്തു വച്ചാൽ നല്ല രുചി കിട്ടും.

അരി വേവിക്കുമ്പോൾ

അരി മൂന്നോ, നാലോ തവണ കഴുകി വെള്ളം ഊറ്റിയശേഷം മാത്രം ഉപയോഗിക്കുക. അരിയുടെ പശ കളയാൻ ഇതു സഹായിക്കും.

വേവിച്ച അരിയാണ് ഫ്രൈഡ്റൈസിലും മറ്റും ഉപയോഗിക്കുന്നെങ്കിൽ മുക്കാൽ വേവിൽ ഊറ്റാൻ ശ്രദ്ധിക്കണം. മിക്സിങ് സമയത്ത്

ബാക്കി വേവ് ആയിക്കൊള്ളും.

ഫ്രൈഡ്റൈസിനും മറ്റും അരി മറ്റു ചേരുവകൾക്കൊപ്പം വേവിക്കുകയാണെങ്കിൽ ഇരട്ടി വെള്ളം ഉപയോഗിക്കണം. അതിനു അരി കഴുകുന്നതിന് മുൻപ് കപ്പിൽ അളന്നു വെക്കുക.

അരി വേവിക്കുന്ന വെള്ളത്തിൽ അല്പം നാരങ്ങാനീര് ചേർത്താൽ ചോറിനു നല്ല നിറം കിട്ടും.

അരി അല്പം വെന്തുപോയാൽ തണുത്ത വെള്ളവും അല്പം നെയ്യും ഒഴിച്ച് അനക്കാതെ ഏതാനും മിനിട്ട് വച്ചശേഷം ഊറ്റി പരന്ന പാത്രത്തിൽ നിരത്തുക. ചോറ് കുഴയാതെ കിട്ടും.

ചോറ് ബാക്കി വന്നാൽ വെള്ളത്തിലിട്ടു ഫ്രിഡ്ജിൽ വെക്കുക. ആവശ്യാനുസരണം ചപ്പാത്തിക്ക് ഫില്ലിങ് ആയി ഉപയോഗിക്കാം.

വിനാഗിരി: അറിയേണ്ടവ

മുട്ട പുഴുങ്ങുമ്പോൾ അല്പം വിനാഗിരി ചേർത്താൽ മുട്ടയുടെ തൊണ്ട് പൊട്ടിപ്പോകില്ല.

സവാള അരിഞ്ഞശേഷം കൈയിലെ മണം കളയാൻ അല്പം വിനാഗിരി കൊണ്ട് കൈ തുടയ്ക്കുക.

ചായപ്പാത്രത്തിലെ കറ കളയാൻ വെള്ളത്തിൽ അല്പം വിനാഗിരി ചേർത്ത് തിളപ്പിച്ച ശേഷം പാത്രം കഴുകിയാൽ മതി.

നാലു കപ്പ് വെള്ളത്തിൽ അര കപ്പു വിനാഗിരി ചേർത്തിളക്കിയതിൽ ഉരുളക്കിഴങ്ങ് അരിഞ്ഞത് ഇട്ടുവച്ചശേഷം വറുത്താൽ നല്ല കരുകരുപ്പുണ്ടാകും.

ലഞ്ച് ബോക്സിലെ ദുർഗ്ഗന്ധം കളയാൻ വിനാഗിരിയിൽ മുക്കിയ റൊട്ടിക്കഷണം ഇട്ടു ഒരു രാത്രി വച്ചാൽ മതി.

വെള്ളവും വിനാഗിരിയും തുല്യ അളവിൽ എടുത്തു മിക്സ് ചെയ്തു തുടച്ചാൽ ഫ്രിഡ്ജിനുള്ളിലെ ദുർഗ്ഗന്ധം മാറും.

അറിഞ്ഞിരിക്കാൻ പൊടിക്കൈകൾ

ഫ്ളാസ്ക് ഉപയോഗിക്കാതെ അതിനുള്ളിൽ ഒരു ചെറിയ സ്പൂൺ പഞ്ചസാര ഇട്ടുവയ്ക്കുക. ഫ്ളാസ്കിനുള്ളിൽ ദുർഗ്ഗന്ധം ഉണ്ടാകില്ല.

മുട്ട പൊട്ടിച്ചൊഴിക്കുമ്പോൾ അതിനുള്ളിൽ മുട്ടത്തോടിന്റെ ഒരു കഷണം വീണുപോയാൽ സ്പൂൺകൊണ്ട് എടുക്കാൻ ശ്രമിക്കാതെ ഒരു വലിയ കഷണം മുട്ടത്തോടുകൊണ്ട് എടുക്കുക. ചെറിയ കഷണം വലിയ കഷണത്തിലേക്ക് വേഗം ഒട്ടിപ്പിടിക്കും.

മുട്ട ഫ്രിഡ്ജിൽ സൂക്ഷിക്കുമ്പോൾ റീഫൈൻഡ് ഓയിൽ പുരട്ടി വച്ചിരുന്നാൽ ഏറെനാൾ കേടുകൂടാതെയിരിക്കും.

കത്തിയിൽ തുരുമ്പ് പിടിച്ചാൽ ഒരു സവാള മുറിച്ചതുകൊണ്ട് ഉരച്ചശേഷം അമർത്തി തുടയ്ക്കുക.

പ്ലാസ്റ്റിക് പാത്രങ്ങളിലെ ദുർഗ്ഗന്ധം കളയാൻ ഒരു രാത്രി മുഴുവൻ അതിൽ ന്യൂസ് പേപ്പർ നിറച്ചു വയ്ക്കുക.

അടുക്കളയിലെ വേസ്റ്റ് ബാസ്കറ്റിൽ വേസ്റ്റ് ഇട്ടു തുടങ്ങും മുൻപ് അല്പം ഉപ്പ് വിതറുക. ദുർഗ്ഗന്ധം ഉണ്ടാകില്ല.

പപ്പടം പൂപ്പൽ പിടിക്കാതിരിക്കാൻ ബ്ലോട്ടിങ് പേപ്പർ ഇട്ട ജാറിൽ സൂക്ഷിക്കുക.

കാപ്പിപ്പൊടി ചില്ല് കുപ്പിയിലാക്കി ഫ്രിഡ്ജിൽ സൂക്ഷിച്ചാൽ കട്ട പിടിക്കാതിരിക്കും.

അരിയിലും പയറിലും മറ്റും ഉണക്കിയ പാവയ്ക്കാ വറ്റൽ ഇട്ടു വച്ചാൽ പ്രാണി ശല്യം ഒഴിവാക്കാം.

പൊട്ടിച്ച തേങ്ങ ബാക്കി വന്നാൽ ഫ്രഷായിരിക്കാൻ തേങ്ങാ മുറിയിൽ അല്പം ഉപ്പു പുരട്ടിയശേഷം ഫ്രിഡ്ജിൽ വയ്ക്കുക.

പാചകത്തിന് ഒരുങ്ങും മുൻപ്

ദോശ ചുടും മുൻപ് കല്ലിൽ അല്പം ഉപ്പുകൊണ്ട് തുടച്ചാൽ ദോശ കല്ലിൽ ഒട്ടിപ്പിടിക്കില്ല.

തേങ്ങ പൊട്ടിച്ചാൽ കണ്ണുള്ള തേങ്ങാ മുറി ആദ്യം ഉപയോഗിക്കുക. ഈ വശം ആണ് തേങ്ങയിൽ ആദ്യം കേടാകുന്നത്.

മഴക്കാലത്ത് പാൽ ശരിക്ക് ഉറ കൂടുന്നില്ലെങ്കിൽ പാലിൽ അല്പം

പാൽപ്പൊടി ചേർത്ത് ഉറയൊഴിക്കുക. കട്ടിത്തൈര് കിട്ടും

കടഞ്ഞെടുത്ത വെണ്ണ തണുത്ത വെള്ളത്തിലേക്ക് നേരിട്ട് ഇട്ടാൽ വെണ്ണ വേഗം ഉറച്ചു കിട്ടും

പാചകം ചെയ്യാൻ ക്രീം ഇല്ലെങ്കിൽ ഇങ്ങനെ ചെയ്യാം. മുക്കാൽ കപ്പു പാട നീക്കിയ പാലും മൂന്നിലൊന്നു കപ്പു ബട്ടറും യോജിപ്പിച്ചാൽ ഒരു കപ്പു ക്രീമിനു പകരമായി ഉപയോഗിക്കാം.

ഫ്രിഡ്ജിൽ നിന്നെടുത്ത മുട്ട പുഴുങ്ങുമ്പോൾ വെള്ളത്തിൽ അല്പം എണ്ണ കൂടി ചേർത്താൽ തോട് പൊട്ടില്ല .

സാലഡ് തയ്യാറാക്കാനുള്ള പച്ചക്കറികൾ പേപ്പർ ടൗവൽ വിരിച്ചു ബൗളിൽ വച്ച ശേഷം ഡ്രസിങ്ങുമായി യോജിപ്പിക്കുന്നതിന് തൊട്ടു മുൻപ് ടൗവൽ മാറ്റുക. പച്ചക്കറിയിലെ വെള്ളം മുഴുവൻ ടൗവൽ വലിച്ചെടുത്തു നല്ല കരുകരുപ്പുണ്ടാക്കും.

പച്ചക്കറികൾ വറുത്ത ശേഷം മുകളിൽ അല്പം കടലമാവ് വിതറിയാൽ കടലമാവ് എണ്ണ മുഴുവൻ വലിച്ചെടുക്കും.

ബിരിയാണിക്ക് ഇറച്ചി തയ്യാറാക്കുമ്പോൾ അല്പം നേരം മുൻപ് ഇഞ്ചി, വെളുത്തുള്ളി ഇവ അര

പ്രഷർ കുക്കർ ഉപയോഗിക്കുമ്പോൾ

പ്രഷർ കുക്കറിന്റെ മൂന്നിൽ ഒരു ഭാഗം മാത്രം വെള്ളം ഉപയോഗിക്കുക.

കട്ടിയുള്ള ഭക്ഷണ പദാർത്ഥങ്ങൾ കുക്കറിന്റെ മൂന്നിൽ രണ്ടു ഭാഗം കവിയരുത്.

കഞ്ഞി, പാസ്ത എന്നിവ കുക്കറിൽ പാകം ചെയ്യുമ്പോൾ കുക്കറിന്റെ 1/2 ൽ കവിയരുത്.

ധാന്യങ്ങൾ കുക്കറിന്റെ 1/3 ൽ കവിയരുത്.

വെള്ളം കുറഞ്ഞ അളവിൽ ഉപയോഗിക്കുക. ഇല്ലെങ്കിൽ പോഷകഗുണം നഷ്ടപ്പെടും.

കുക്കറിന്റെ വെന്റ് ട്യൂബും വെയിറ്റ് വാൽവും മാലിന്യം അടയാത്ത വിധത്തിൽ സംരക്ഷിക്കുക. അല്ലാത്തപക്ഷം പ്രഷർ തിങ്ങി അപകടം സംഭവിച്ചേക്കാം.

പച്ചക്കറികൾ പാകം ചെയ്യുമ്പോൾ

പച്ചക്കറികൾ ഉലർത്തുമ്പോൾ കനമുള്ളതും ചുവടു കുഴിഞ്ഞതുമായ പാത്രങ്ങൾ എടുത്താൽ എണ്ണ ലാഭിക്കാം.

നല്ല മയമുള്ള അപ്പം ചുടാൻ തലേ ദിവസം രാത്രി തേങ്ങാ വെള്ളം കൊണ്ട് മാവ് കുഴയ്ക്കണം. പിറ്റേ ദിവസം മാവ് പൊങ്ങി കഴിയുമ്പോൾ അപ്പം ചുടുന്നതിനുമുൻപ് അര ഗ്ലാസ് ഇളം ചൂട് പാൽ മാവിൽ ചേർക്കുക. അപ്പം നല്ല മയമുള്ളതാകും.

ചീര വാടിപ്പോകാതിരിക്കാൻ അവയിൽ അല്പം വെള്ളം കുടഞ്ഞു വച്ചാൽ മതി.

തേങ്ങ ചിരകിയ ഒപ്പം തന്നെ മിക്സിയിൽ അരച്ചെടുക്കുന്നതിനേക്കാൾ ഒന്ന് ചൂടാക്കിയശേഷം അരച്ചാൽ എളുപ്പത്തിൽ അരഞ്ഞു കിട്ടും.

പച്ചക്കറികളിൽനിന്നും പഴങ്ങളിൽനിന്നും കീടനാശിനിയുടെ അംശം നീക്കാൻ തണുത്ത വെള്ളത്തിൽ രണ്ടു സ്പൂൺ വിനാഗിരിയോ പൊട്ടാസ്യം പെർമാംഗനൈറ്റോ ചേർത്ത് കഴുകുക.

അടുക്കളയിൽ പുക നിറഞ്ഞാൽ ഒരു പരന്ന പാത്രത്തിൽ കറുവാപ്പട്ടയിട്ടു ചൂടാക്കുക. പുക മാറിക്കിട്ടും.

അരി കഴുകി പാകത്തിന് വെള്ളമൊഴിച്ച് തലേന്ന് തന്നെ വയ്ക്കുക. പിറ്റേന്ന് വേവിക്കുമ്പോൾ പെട്ടെന്ന് വെന്തു കിട്ടും.

വെണ്ടയ്ക്ക അല്പം എണ്ണ പുരട്ടി രണ്ടു മിനിട്ട് മൈക്രോവേവ് അവ്നിൽ വേവിച്ചാൽ വെണ്ടയ്ക്കയുടെ വഴുവഴുപ്പ് മാറിക്കിട്ടും.

അച്ചാർ കേടുകൂടാതെയിരിക്കാൻ അച്ചാർ കുപ്പിയുടെ ഉൾവശത്ത് കടുകെണ്ണ പുരട്ടി വച്ചാൽ മതി.

പാൽ കാച്ചും മുൻപ് പാത്രം ചൂട് വെള്ളത്തിൽ കഴുകിയാൽ പാൽ

കേടാകാതെ ഏറെനേരം ഇരിക്കും.

പച്ചക്കറികൾക്കൊപ്പം നാരങ്ങാനീരും പുളിയും ചേർക്കുന്നത് ഒഴിവാക്കുക. ഇവ ഒരുമിച്ചു ചേർത്താൽ പച്ചക്കറികളിലടങ്ങിയ പോഷക ഗുണങ്ങൾ നഷ്ടമാകും.

രണ്ടു മുട്ടയ്ക്ക് പകരം രണ്ടു മുട്ടയുടെ വെള്ള ഉപയോഗിച്ച് പാചകം ചെയ്യുക. ഇത് ഹൃദയത്തിന്റെ ആരോഗ്യത്തിനു ഗുണകരമാണ്.

ചിക്കന്റെ തൊലി നീക്കിയശേഷം പാചകം ചെയ്യുക. കൊഴുപ്പ് കുറഞ്ഞതും ആരോഗ്യകരമായതുമായ വിഭവങ്ങൾ തയ്യാറാക്കാൻ തൊലി നീക്കിയ ഇറച്ചിയാണ് ഉത്തമം.

പാകം ചെയ്യുന്നതിന് തൊട്ടു മുൻപ് വരെ ഐസിട്ട് തണുപ്പിച്ച വെള്ളത്തിൽ സൂക്ഷിച്ച ശേഷം ഉപയോഗിച്ചാൽ പച്ചക്കറികൾ പുതുമയോടെയിരിക്കും. ഇവ വേവിച്ചു കഴിഞ്ഞാലും നിറം മാറ്റമുണ്ടാവില്ല.

പച്ച നിറത്തിലുള്ള ഇലക്കറികൾ പാകം ചെയ്യുമ്പോൾ ഒരു നുള്ള് പഞ്ചസാര ചേർക്കുക. രുചി കൂടും. അതോടൊപ്പം നിറം മാറുകയുമില്ല.

കറിയുടെ ഗ്രേവിക്കു കട്ടി കൂടുതൽ വേണമെങ്കിൽ ഒരു സ്പൂൺ കോൺഫ്ളോർ ചേർക്കുക. വെള്ളത്തിൽ ചേർത്ത് നന്നായി കലക്കിയ ശേഷം മാത്രം കറിയിൽ ചേർക്കുക.

രക്തസമ്മർദ്ദവും, കൊളസ്ട്രോളും കുറയ്ക്കാൻ പച്ചക്കറികൾ, വിനാഗിരി, തക്കാളി, ഉള്ളി എന്നിവ ചേർത്ത് ഉണ്ടാക്കുന്ന വിഭവങ്ങൾ കൂടുതൽ കഴിക്കുക.

പാചകം ചെയ്യുമ്പോൾ ഉപ്പിന്റെ അളവ് കുറച്ചു വെളുത്തുള്ളി, സവാള എന്നിവ കൂടുതൽ ചേർക്കുക. പാചകം കൂടുതൽ ആരോഗ്യപ്രദമാകും.

നോൺസ്റ്റിക് പാൻ ഉപയോഗിക്കുമ്പോൾ

നോൺസ്റ്റിക് പാനുകൾ സൂക്ഷിച്ചു ഉപയോഗിച്ചില്ലെങ്കിൽ അവയുടെ ടെഫ്ലോൺ കോട്ടിങ് എളുപ്പത്തിൽ നശിച്ചുപോകും.

നോൺസ്റ്റിക് പാനുകൾ ഇളക്കാൻ സ്റ്റീൽ സ്പൂണുകൾ ഉപയോഗിക്കരുത്. നോൺസ്റ്റിക് തവികളോ, തടികൊണ്ടുള്ള തവികളോ ഉപ

യോഗിച്ച് മാത്രം അവ ഇളക്കുക.

ഉപയോഗശേഷം ഉടൻതന്നെ നോൺസ്റ്റിക് പാൻ കഴുകരുത്. അടുപ്പിൽനിന്ന് വാങ്ങി ചൂടാറിയശേഷം മാത്രം കഴുകുക.

നോൺസ്റ്റിക് പാനുകൾ കഴുകാൻ മെറ്റാലിക് സ്ക്രബ്ബറുകൾ ഉപയോഗിക്കരുത്.

അധികനാൾ ഉപയോഗിക്കാതെ വയ്ക്കുന്ന പാനുകൾ കടലാസിൽ പൊതിഞ്ഞു മാത്രം സൂക്ഷിക്കുക.

ഒന്നിനുമുന്നിൽ ഒന്നായി മാത്രം നോൺസ്റ്റിക് പാനുകൾ അടുക്കി വയ്ക്കരുത്. മറ്റു പാത്രങ്ങളും നോൺസ്റ്റിക്കിൽ ഇറക്കി വയ്ക്കാതെ ശ്രദ്ധിക്കുക.

പുളി, വിനാഗിരി പോലെ അമ്ലസ്വഭാവമുള്ള വസ്തുക്കൾകൊണ്ട് നോൺസ്റ്റിക് പാനുകൾ വൃത്തിയാക്കരുത്. ഭക്ഷണം ഉണ്ടാക്കിക്കഴിഞ്ഞു ഉടൻതന്നെ പാനിൽനിന്ന് മാറ്റി വിളമ്പാനുള്ള പാത്രങ്ങളിൽ ആക്കി വയ്ക്കുക.

നോൺസ്റ്റിക് പാൻ കാലിയായി അടുപ്പിൽ വയ്ക്കരുത്. കുറച്ചു വെള്ളം പാനിൽ വച്ച് ചൂടാക്കി അവ ഒഴിച്ച് കളഞ്ഞശേഷം തുടച്ചുപ യോഗിക്കാം.

അടുക്കള അറിയാൻ

തണുത്ത പാനീയങ്ങളിൽ പഞ്ചസാര അലിയുവാൻ പ്രയാസമാകും. അതിനാൽ ഇവയിൽ പഞ്ചസാര അതേപോലെ ചേർക്കാതെ സിറപ്പായി ഉപയോഗിക്കുക.

പഞ്ചസാര സിറപ്പ് ഉണ്ടാക്കാൻ ഉപയോഗിക്കുന്ന പാത്രങ്ങൾ തിളച്ച വെള്ളം ഒഴിച്ച് കഴുകി വൃത്തിയാക്കി വെയിലത്ത് വച്ച് കഴുകി ഉണക്കണം.

സ്ക്വാഷും മറ്റും ഉണ്ടാക്കുമ്പോൾ പുളിരസമുള്ള പാനീയങ്ങൾ അലൂമിനിയം പാത്രങ്ങളിൽ തയ്യാറാക്കാൻ ശ്രദ്ധിക്കുക.

പഴച്ചാറുകൾ ഉണ്ടാക്കാൻ ഒട്ടും വാടാത്തതും, അധികം പഴുക്കാത്തതും ആയ പഴങ്ങൾ മാത്രം ഉപയോഗിക്കുക.

പഴത്തിന്റെ ചാറു പിഴിഞ്ഞ് അധികനേരം വച്ചിരുന്നാൽ സ്ക്വാഷിന്റെ നിറം കുറയും. പഴച്ചാർ തിളപ്പിക്കരുത്. പഞ്ചസാര ചേർക്കുമ്പോൾ പാനിയാക്കി തണുപ്പിച്ചു പഴച്ചാറിൽ ചേർക്കണം.

മുന്തിരി ജ്യൂസ് തയ്യാറാക്കുമ്പോൾ കഴുകി എടുത്ത മുന്തിരിനികക്കെ വെള്ളമൊഴിച്ച് നന്നായി ചൂടാക്കിയശേഷം തിളപ്പിക്കുക. പിന്നീട് മിക്സിയിലടിച്ചു ജ്യൂസ് തയ്യാറാക്കിയാൽ പിശടു കുറഞ്ഞിരിക്കും. ജ്യൂസ് നന്നായി തിളച്ചു വരുകയും ചെയ്യും.

ശർക്കരപ്പായസത്തിനു മധുരം കൂടുതലായാൽ അതിൽ ഒരു ഗ്ലാസ് പാലുകൂടി ഒഴിക്കുക.

പരിപ്പ് പ്രഥമൻ ഉണ്ടാക്കുമ്പോൾ പരിപ്പ് നല്ലപോലെ വെന്ത ശേഷമേ മധുരം ചേർക്കാവൂ. അല്ലെങ്കിൽ പരിപ്പ് ശരിയായി വേവില്ല.

മിക്സിയിൽ ചമ്മന്തി അരയ്ക്കുമ്പോൾ പുളി മിക്സിയുടെ ബ്ലേഡിൽ ഒട്ടിപ്പിടിക്കാതിരിക്കാൻ പുളി അലപം ചൂട് വെള്ളത്തിൽ കുതിർത്ത ശേഷം അരയ്ക്കുക.

മിക്സിയിൽ മസാല അരച്ചാൽ അതിന്റെ മണം മാറിക്കിട്ടാൻ ഉണങ്ങിയ ബ്രെഡ് കഷണങ്ങളോ, ബ്രെഡോ ഇട്ടു പൊടിച്ചാൽ മതി.

മിക്സിയുടെ ബൗളിന്റെ അടപ്പ് മുറുകിപ്പോയാൽ നാല് മണിക്കൂർ നേരം ബൗൾ ഫ്രിഡ്ജിൽ വച്ച് തണുപ്പിച്ചിട്ടു ഒരു തുണി കൂട്ടിപ്പിടിച്ചു തുറന്നാൽ വേഗം തുറന്നു കിട്ടും.

ഗ്യാസ് സ്റ്റൗവ് ശരിയായി പ്രവർത്തിക്കുന്നില്ലെങ്കിൽ സ്റ്റൗവിന്റെ ബർണർ ഒരു ചെറിയ പിൻ കൊണ്ട് കുത്തി കരി കളയണം. എന്നിട്ടും ശരിയായില്ലെങ്കിൽ ബർണറുകൾ എടുത്ത് പാത്രത്തിലിട്ടു അവ മുങ്ങി കിടക്കത്തക്കവിധം വെള്ളം ഒഴിച്ച് തിളപ്പിക്കുക.

പാത്രത്തിൽ ഭക്ഷണം കരിഞ്ഞു പിടിച്ചാൽ അല്പം ബേക്കിങ് സോഡയും വെള്ളവും ചേർത്ത് തിളപ്പിക്കുക. ആറേഴു മണിക്കൂർ കുതിരാൻ വെച്ചിട്ട് കഴുകിയാൽ കരിഞ്ഞ പാടുകൾ മാറും.

സ്റ്റീൽ കപ്പുകളിൽ പറ്റിപ്പിടിച്ച തേയിലക്കറ മാറ്റാൻ ഉപ്പു വെള്ളം കൊണ്ട് തുടയ്ക്കുക.

അടുക്കളയിൽ ഓർത്തിരിക്കാൻ

പാത്രത്തിലെ ഭക്ഷണ പദാർത്ഥങ്ങളുടെ ദുർഗ്ഗന്ധം മാറ്റാൻ പാത്രങ്ങൾ കടലമാവിലിട്ടു കഴുകി തുടച്ചശേഷം പതിനഞ്ചു മിനിട്ട് നല്ല വെയിലിൽ ഉണക്കി എടുക്കുക.

ഇരുമ്പ് പാത്രങ്ങളിൽ തുരുമ്പ് പിടിച്ചിട്ടുണ്ടെങ്കിൽ പുളി പുരട്ടി അതിന്റെ മീതെ ചാരവും കരിപ്പൊടിയും തൂവി ചകിരികൊണ്ട് തേച്ചു വൃത്തിയാക്കുക.

കാപ്പിയുടെ മട്ട് വേഗത്തിൽ അടിയാൻ രണ്ടോ മൂന്നോ തുള്ളി വെള്ളം ചിതറി ഒഴിക്കുക.

ഒരു സ്റ്റീൽ സ്പൂൺ ഇട്ടശേഷം ചൂട് കാപ്പി ഗ്ലാസിലേക്ക് ഒഴിച്ചാൽ ചൂട് കൊണ്ട് പൊട്ടിപ്പോകില്ല.

അടുപ്പിലിരിക്കുന്ന കറി കരിയാൻ തുടങ്ങിയാൽ ഉടൻതന്നെ അടപ്പിന് വെളിയിൽ അല്പം വെള്ളം ഒഴിക്കുകയോ, പാത്രം വെള്ളത്തിൽ ഇറക്കി വയ്ക്കുകയോ ചെയ്യുക.

കറിക്ക് എരിവു കൂടിപ്പോയാൽ അല്പം എണ്ണയോ തേങ്ങാപ്പാലോ ചേർക്കുക. എരിവു കുറഞ്ഞിരിക്കും.

നാരങ്ങാ അച്ചാർ ഇടുമ്പോൾ കയ്പ് ഉണ്ടാകാതിരിക്കാൻ നാരങ്ങ അരിഞ്ഞു ഉപ്പു പുരട്ടി ഒരുദിവസം വെയിലത്ത് വെക്കുക. അല്ലെങ്കിൽ അച്ചാർ ഇട്ടു വച്ച ശേഷം അല്പം പുളി പിഴിഞ്ഞ് ഒഴിച്ചാലും മതി.

തേങ്ങയുടെ കണ്ണുള്ള ഭാഗം മേല്പോട്ട് വരത്തക്കവണ്ണം വച്ചാൽ ഏറെനാൾ കേടുകൂടാതെയും അഴുകാതെയും ഇരിക്കും.

പുതുതായി വാങ്ങിയ പ്ലാസ്റ്റിക് ടിന്നുകളുടെ മണം മാറാനായി ഒരു സ്പൂൺ ഉപ്പും ഇളം ചൂട് വെള്ളവും ചേർത്ത് കുലുക്കി കുറച്ചുനേരം വച്ചശേഷം ഇളം ചൂട് വെള്ളത്തിൽ കഴുകുക.

പയറും മറ്റും ഇട്ടു വയ്ക്കുന്ന പാത്രത്തിൽ ഉണങ്ങിയ കറിവേപ്പില ഇട്ടു വച്ചാൽ പുഴുക്കുത്തു ഉണ്ടാകുന്നത് ഒഴിവാക്കാം.

പുഴുങ്ങിയ ഉരുളക്കിഴങ്ങിന്റെ തൊലികൊണ്ട് സ്റ്റീൽ, ചെമ്പ്, പിത്തള പാത്രങ്ങൾ കഴുകിയാൽ നല്ല തിളക്കം കിട്ടും.

കുപ്പികൾ തുറക്കാൻ കഴിയുന്നില്ലെങ്കിൽ അല്പം ഒലിവു ഓയിൽ പുരട്ടി ചൂടാക്കിയാൽ എളുപ്പം തുറക്കാം.

മുറിച്ച നാരങ്ങ അഴുകാതിരിക്കാൻ മുറിച്ച വശം പ്ലേറ്റിൽ കമിഴ്ത്തി വച്ച് ഗ്ലാസ് കൊണ്ട് മൂടിയാൽ മതി.

കൈയിലെ വാഴയ്ക്കാ കറ മാറ്റുവാൻ കപ്പത്തിന്റെ ഇലകൊണ്ട് തൂത്താൽ മതി.

അച്ചപ്പത്തിന്റെ അച്ചു മയങ്ങിക്കിട്ടാൻ പുളിവെള്ളത്തിൽ അര മണിക്കൂർ തിളപ്പിച്ചാൽ മതി.

പുതിയ ചീനച്ചട്ടി, ചട്ടി ഇവ മയങ്ങിക്കിട്ടാൻ ചേമ്പിൻ തണ്ടിട്ടു വെള്ളം തിളപ്പിച്ചാൽ മതി.

കറിക്കത്തിയിലെ പാടുകൾ കളയാൻ ഉരുളക്കിഴങ്ങ് രണ്ടായി മുറിച്ചു കത്തിയിൽ ഉരസിയാൽ മതി.

ദോശ കല്ലിൽ ഒട്ടിപ്പിടിക്കാതിരിക്കാൻ ഒരു സവാള നടുവേ മുറിച്ചു ഇടയ്ക്ക് ദോശക്കല്ലിൽ തുടച്ചുകൊണ്ടിരുന്നാൽ മതി.

വെളിച്ചെണ്ണയിൽ ഒരു ടീസ്പൂൺ ഉപ്പുകല്ലിട്ടാൽ അത് കനച്ചു പോകില്ല.

ബിസ്കറ്റ് ടിന്നിൽ ഒരു ടേബിൾ സ്പൂൺ പഞ്ചസാരയിട്ടാൽ ബിസ്കറ്റ് തണുത്തുപോകില്ല.

ചുവന്നുള്ളിയുടെ തൊലി എളുപ്പത്തിൽ കളയാൻ അല്പനേരം വെള്ളത്തിൽ ഇട്ടു വയ്ക്കുക.

മഞ്ഞുകാലത്ത് തൈര് ഉറകൂട്ടാൻ പാൽ ചെറു ചൂടോടെ ഉറ ഒഴിച്ച് അടച്ചുവയ്ക്കുക.

പച്ചമുളക് ഫ്രിഡ്ജിൽ വയ്ക്കാതെ തന്നെ കേടാകാതെ ഇരിക്കണമെങ്കിൽ ഒരു കുപ്പിയിലാക്കി കുറച്ചു മഞ്ഞൾപ്പൊടിയിട്ടു അടച്ചു വെച്ചാൽ മതി.

വെണ്ണ കേടാകാതെ ഇരിക്കണമെങ്കിൽ വെണ്ണ സൂക്ഷിക്കുന്ന കുപ്പിയിൽ ഒരു കഷണം ശർക്കര ഇട്ടു വച്ചാൽ മതി. വെണ്ണയുടെ മണം നഷ്ടപ്പെടുകയും ഇല്ല.

ചില്ലി സോസും മറ്റും തീരാറാകുമ്പോൾ കുപ്പിയിൽ എണ്ണ ഒഴിക്കുക. ഉപയോഗിക്കേണ്ട സമയത്ത് അല്പം വിനാഗിരി കൂടി ചേർത്ത് കുപ്പി നന്നായി കുലുക്കുക. രുചികരമായ സോസ് റെഡി.

വാഴപ്പഴം ചേർത്ത ഫ്രൂട്ട് സാലഡിൽ പഴത്തിന്റെ മണം മുന്നിട്ടു നിന്നാൽ അതിൽ ഒരു ചെറിയ സ്പൂൺ തേൻ ചേർത്താൽ മതി. പഴത്തിന്റെ മണം മാറി ഫ്രൂട്ട് സാലഡിന് നല്ല ഫ്ളേവർ കിട്ടും.

ഏലയ്ക്ക അമ്മിക്കല്ലിൽ വച്ച് പൊടിക്കുമ്പോൾ രണ്ടു അരി മണി

കൂടി ചേർത്ത് പൊടിച്ചാൽ ഒട്ടും കല്ലിൽ പിടിക്കാതെ പൊടിഞ്ഞു കിട്ടും.

മുറിച്ചുവച്ച ആപ്പിൾ കഷണം ഉപ്പുനീരിൽ കഴുകി എടുത്താൽ നിറം മാറാതെ ഇരിക്കും.

വെണ്ടയ്ക്ക മുറിക്കുമ്പോൾ കളയുന്ന കഷണങ്ങൾ മാവിൽ ഇട്ടു അരച്ചാൽ ദോശ മൃദുവായിരിക്കും.

ചോറ് കൂടുതൽ വെന്തു പോയാൽ കുറച്ചു ഉപ്പുനീരു ചുറ്റി വാർത്താൽ മതി. ചോറ് നന്നായി കിട്ടും.

കോളിഫ്ളവർ വേവിക്കു മ്പോൾ അതിൽ ഒരു ചെറിയ കഷണം ചെറുനാരങ്ങ കൂടി ചേർത്താൽ കോളിഫ്ളവറിന്റെ നിറം മാറില്ല.

മോരിനു ഏറെ പുളിയുണ്ടെങ്കിൽ ഒരു കഷണം തേങ്ങാപ്പൂൾ അതിലിടുക. അത് അല്പ സമയംകൊണ്ടു തന്നെ പുളി വലിച്ചെടുത്തു കൊള്ളും.

പാലപ്പം, ദോശ, ഇഡ്ഡലി ഇവ പാകം ചെയ്യും മുൻപ് ഒരു നുള്ള് സോഡാപ്പൊടി ചേർത്താൽ മയവും സ്വാദും കിട്ടും.

പാചകം ചെയ്യും മുൻപേ

പാകം ചെയ്യാനുള്ള ഭക്ഷണ സാധനങ്ങൾ പ്രഷർകുക്കറിന്റെ പകുതിയിൽ കൂടുതൽ നിറയ്ക്കരുത്.

പാകം ചെയ്തശേഷം പ്രഷർ കുക്കറിന്റെ വെയിറ്റ് വളരെനേരം വയ്ക്കരുത്. പാത്രം സീൽ ചെയ്തപോലെ അധികനേരം അടച്ചുവെച്ചാൽ ഭക്ഷണത്തിന് രുചി വ്യത്യാസമുണ്ടാകാൻ സാദ്ധ്യതയുണ്ട്.

ചോറ്, പയറ്, പശയുള്ള മറ്റു സാധനങ്ങൾ ഇവ പാകം ചെയ്യുമ്പോൾ പതഞ്ഞു വരും. അപ്പോൾ തീ കുറച്ചു സാവധാനം വേവിക്കുക.

ഇറച്ചി പ്രഷർകുക്കറിലിട്ടു തീ കൂട്ടി വേവിച്ചാൽ കറിക്ക് സ്വാദ്

കുറയും. അതുകൊണ്ട് തീ കുറച്ചു കൂടുതൽ സമയം കൊണ്ട് പാചകം ചെയ്യാം.

തേങ്ങാപ്പാൽ ചേർക്കേണ്ട നാടൻ കറികൾക്ക് കറി കുറുകിയ ശേഷം പ്രഷർ കുക്കർ ഇറക്കി വച്ച് തുറന്നു കറി അല്പം തണുത്ത ശേഷമേ കുറുകിയ തേങ്ങാപ്പാൽ ചേർക്കാവൂ. പ്രഷർ കുക്കറിൽ തേങ്ങാപ്പാൽ ചേർത്ത് പാകപ്പെടുത്തിയാൽ പ്രഷർ കൊണ്ട് തേങ്ങാ

പാൽ എണ്ണയായിപ്പോകും.

പച്ചക്കറികൾ പ്രഷർകുക്കറിലെ തട്ടിൽ വച്ച് പാകം ചെയ്യുക. പച്ചക്കറികൾ പാകം ചെയ്തു കഴിഞ്ഞു പ്രഷർകുക്കർ തുറന്നു ഉപ്പു ചേർക്കുകയാണ് നല്ലത്. അല്ലെങ്കിൽ പച്ചക്കറിയുടെ നിറവും പുതുമയും മാറും. പ്രഷർകുക്കറിൽ നല്ലവണ്ണം ആവി വന്ന ശേഷം മാത്രം വെയിറ്റ് ഇടുക. ഇതും പച്ചക്കറിയുടെ പുതുമ നിലനിർത്താൻ സഹായിക്കും.

ഉണങ്ങിയ അട, സ്പഗറ്റി, മക്രോണി തുടങ്ങിയവ തീ കുറച്ചു പ്രഷർ കുക്കറിൽ കൂടുതൽ സമയംകൊണ്ട് പാകപ്പെടുത്തിയാൽ അവയ്ക്ക് ഇരട്ടി പൊലിമ കാണും.

അടുക്കളയിൽ അറിയാൻ

ഇഡ്ഡലിക്കുള്ള മാവിൽ അല്പം കരിക്കിൻ വെള്ളം ചേർത്താൽ മാവ് വേഗം പുളിക്കും. കൂടുതൽ മൃദുവായ ഇഡ്ഡലി കിട്ടുകയും ചെയ്യും.

റവ സൂക്ഷിക്കുന്ന പാത്രത്തിൽ രണ്ടു ഗ്രാമ്പൂ കൂടി ഇട്ടു വച്ചാൽ റവ കേടാകില്ല.

ഉരുളക്കിഴങ്ങ് സൂക്ഷിക്കുന്നതിനൊപ്പം ഒരു ആപ്പിൾ കൂടി വച്ചാൽ ഉരുളക്കിഴങ്ങ് കിളിർക്കുന്നത് ഒഴിവാക്കാം.

ഒരു സ്പൂൺ പാൽ ചേർത്ത വെള്ളത്തിലേക്ക് അരിഞ്ഞിട്ടാൽ വഴുതനങ്ങ കറുക്കില്ല.

ബിസ്കറ്റ് ഉണ്ടാക്കുമ്പോൾ മാവിൽ ചേർക്കുന്ന കശുവണ്ടി അല്പം പാലിൽ ഇട്ടുവച്ച ശേഷം ചേർത്താൽ കശുവണ്ടി താണുപോകില്ല.

ഉപ്പു പൊടിയിൽ മുക്കിയ പേപ്പർ ടൗവൽ കൊണ്ട് പാൻ തുടച്ച ശേഷം പാനിൽ മുട്ട പൊരിച്ചാൽ പറ്റിപ്പിടിക്കില്ല.

പഞ്ചസാര പനിയാക്കുമ്പോൾ അതിൽ അല്പം നാരങ്ങാ നീരുകൂടി ചേർത്താൽ പഞ്ചസാരയിലെ പൊടിയും മറ്റും തിളച്ചു പൊങ്ങും. അവ എളുപ്പത്തിൽ നീക്കം ചെയ്യാം.

വറ്റൽമുളക് മിക്സിയിൽ പൊടിക്കുമ്പോൾ അല്പം കല്ലുപ്പ് ചേർത്താൽ വേഗം പൊടിഞ്ഞു കിട്ടും.

ബേക്ക് ചെയ്ത കേക്ക് അവ്നിൽ നിന്നെടുത്തു ഒരു നനഞ്ഞ തുണിയുടെ മുകളിൽ വെക്കുക. ടിന്നിൽനിന്നും കേക്ക് വളരെ വേഗത്തിൽ ഇളകി വരും.

സവാള അരിയുന്നതിനു മുൻപായി രണ്ടായി മുറിച്ചു അല്പ നേരം വെള്ളത്തിൽ ഇട്ടു വച്ച ശേഷം അരിഞ്ഞാൽ കണ്ണിൽനിന്നും വെള്ളം വരില്ല.

തൈര് കൂടുതലായി പുളിച്ചു പോയാൽ ഒരു തുണിയിൽ കെട്ടി വെള്ളം മുഴുവൻ വാർന്നു പോകാൻ അനുവദിക്കുക. അതിനുശേഷം

അല്പം പാൽ കൂടി ചേർത്താൽ പുളി കുറയും.

കേക്ക് കൂട്ടിൽ ചേർക്കാൻ ഓറഞ്ചു തൊലിയോ മാങ്ങാ തൊലിയോ എടുക്കും മുൻപ് ഉള്ളിലെ വെളുത്ത പാട മുഴുവൻ ചുരണ്ടി മാറ്റണം. ഇല്ലെങ്കിൽ കയ്പ്പു ണ്ടാകും.

പുതിയ ചീനച്ചട്ടിയിൽനിന്നും വറുത്ത സാധനങ്ങൾ പറ്റിപ്പിടിക്കാതെ വേഗത്തിൽ ഇളകി വരാൻ ചേമ്പിൻ തണ്ട് അരിഞ്ഞിട്ടു വെള്ളം തിളപ്പിച്ചാൽ മതി.

ഉരുളക്കിഴങ്ങ് വേവിക്കുമ്പോൾ അല്പം വിനാഗിരി കൂടി ചേർത്താൽ അത് നന്നായി വേവുന്നതാണ്.

ഒരു ചെറിയ സ്പൂൺ സസ്യ എണ്ണ ചേർത്ത് തുവരപ്പരിപ്പ് വേവിച്ചാൽ വേഗം വെന്തു കിട്ടും.

കാറ്റ് കയറാത്ത കൂടയിൽ ഒരു അല്ലി വെളുത്തുള്ളിക്കൊപ്പം ഉരുളക്കിഴങ്ങ് സൂക്ഷിച്ചാൽ വേഗം മുള വരില്ല.

ഉണ്ടാക്കിയ ജ്യൂസ് അധികം വന്നാൽ അത് ഐസ് ട്രേയിൽ ഒഴിച്ച് കട്ടകളാക്കുക. നാരങ്ങാ വെള്ളം തയ്യാറാക്കുമ്പോൾ ഇവ ചേർത്താൽ രുചി കൂടും.

സൂപ്പിൽ ഉപ്പു കൂടിപ്പോയാൽ ഉരുളക്കിഴങ്ങ് അരിഞ്ഞിടുക. കുറച്ചു സമയത്തിനുശേഷം എടുത്തു മാറ്റുക.

കറിവേപ്പിലയുടെ ഇലകൾ അടർത്തി വായു കടക്കാത്ത ഗ്ലാസ് കുപ്പികളിൽ സൂക്ഷിച്ചാൽ ഏറെ നാൾ കേടാകാതെ ഇരിക്കും.

ബദാം, തക്കാളി ഇവ അഞ്ചു മിനിട്ട് തിളച്ച വെള്ളത്തിൽ ഇട്ടു വച്ചാൽ പെട്ടെന്ന് തൊലി കളയാം.

ശർക്കര പായസത്തിനു മധുരം കൂടിപ്പോയാൽ അല്പം പാലൊഴിക്കുക. മധുരം കുറയും.

തൈര് ചേർത്ത കറികൾ തയ്യാറാക്കുമ്പോൾ കറി തണുത്ത ശേഷം മാത്രം തൈര് ചേർക്കുക. കറി പിരിഞ്ഞു പോകില്ല.

കുങ്കുമപ്പൂവ് പാലിലോ ചൂട് വെള്ളത്തിലോ കുതിർത്തുവച്ചാൽ സുഗന്ധം വർദ്ധിക്കും.

എളുപ്പം കേടാകാതിരിക്കാൻ

ലെറ്റൂസ് കഴുകാതെ തന്നെ ഫ്രിഡ്ജിൽ സൂക്ഷിക്കുക. ഉപയോഗിക്കുന്നതിനു മുൻപ് മാത്രം കഴുകുക.

ലെറ്റൂസ് ഇലകൾ പ്ലാസ്റ്റിക് ബാഗിലാക്കാതെ പേപ്പറിൽ പൊതിഞ്ഞു സൂക്ഷിക്കുക. പുതുമ നഷ്ടപ്പെടില്ല.

സാലഡ് ഉണ്ടാക്കാൻ സ്റ്റീൽ അലുമിനിയം പാത്രങ്ങൾ ഉപയോഗിക്കരുത്. പകരം പ്ലാസ്റ്റിക് സെറാമിക് ബൗളുകൾ ഉപയോഗിക്കുക.

സെലറി തണ്ടോടുകൂടി അലുമിനിയം ഫോയിലിൽ പൊതിഞ്ഞു ഫ്രിഡ്ജിൽ സൂക്ഷിച്ചാൽ ഏറെനാൾ കേടുകൂടാതെയിരിക്കും.

ബേസിൽ ഇലകൾ വാങ്ങിയശേഷം അവയുടെ തണ്ട് ഒരു ഗ്ലാസ് വെള്ളത്തിൽ മുക്കി വയ്ക്കുക. ഇടയ്ക്കിടെ അടിവശം മുറിച്ചു കൊടുക്കണം. ഫ്രിഡ്ജിൽ വച്ചാൽ അവ എളുപ്പം വാടിപ്പോകും.

റൊട്ടി പൊതിഞ്ഞു വയ്ക്കുന്ന പാക്കറ്റിൽ ഒരു തണ്ട് സെലറി വയ്ക്കുക. പുതുമ നഷ്ടപ്പെടില്ല.

ഓറഞ്ച് ജ്യൂസ് തയ്യാറാക്കിയശേഷം അതിൽ ഒരു നാരങ്ങയുടെ നീര് പിഴിഞ്ഞ് ചേർത്താൽ കൂടുതൽ രുചിയുണ്ടാകും.

വൃത്തിയുള്ള അടുക്കളയ്ക്ക്

ഓരോ പ്രാവശ്യവും മിക്സി ഉപയോഗിച്ച ശേഷം അതിന്റെ വാഷറുകളും മറ്റും ഊരിയെടുത്തു വൃത്തിയായി സൂക്ഷിക്കുക.

മിക്സി ഉപയോഗിച്ച ശേഷം ജാർ വൃത്തിയാക്കാൻ ജാറിൽ അല്പം വെള്ളവും ഒരു തുള്ളി സോപ്പും ഇട്ടു വീണ്ടും മിക്സിയിൽ ഇട്ടു നന്നായി അടിക്കുക. ബ്ലേഡിൽ പറ്റിപ്പിടിച്ചിരിക്കുന്ന അഴുക്കുകൾ ഇളകി വരും.

മൈക്രോവേവിനുള്ളിലുള്ള അഴുക്കു കളയാൻ നനഞ്ഞ പേപ്പർ ടവലുകൾ അകത്തു വച്ച് ഹൈ പവറിൽ മൂന്നു മുതൽ അഞ്ചു മിനിട്ട് വരെ വയ്ക്കുക. പേപ്പർ ടൗവലിന്റെ ചൂടാറിത്തുടങ്ങുമ്പോൾ അതുകൊണ്ട് അകവശം തുടയ്ക്കുക.

ഇരുമ്പ് ചീനച്ചട്ടി വൃത്തിയാക്കുമ്പോൾ ഉരച്ചു കഴുകാതെ അതിൽ ഉപ്പുപൊടി വിതറിയ ശേഷം പേപ്പർ ടവൽ കൊണ്ട്

തുടയ്ക്കുക. പിന്നീട് കഴുകി വയ്ക്കണം.

കഴുകി ഉണക്കിയ ചട്ടിയിൽ അല്പം എണ്ണ തേച്ചു വച്ചാൽ അടുത്ത പ്രാവശ്യം ഉപയോഗിക്കുമ്പോൾ അടിയിൽ പിടിക്കാതിരിക്കും.

വിനാഗിരിയും ഉപ്പും ചേർത്ത മിശ്രിതം ഉപയോഗിച്ച് കഴുകിയാൽ കോഫിമഗ്ഗിൽനിന്നും കാപ്പിക്കറ എളുപ്പം നീങ്ങിക്കിട്ടും.

വെളിച്ചെണ്ണ സൂക്ഷിച്ച കന്നാസ് സോപ്പുപൊടി ഉപയോഗിച്ച് കഴുകി വച്ചാൽ കനച്ച മണം എളുപ്പം മാറിക്കിട്ടും.

കുക്കറിന്റെ അടിയിൽ പിടിച്ചാൽ അല്പം സോപ്പ് വെള്ളം നിറച്ചു തിളപ്പിക്കുക. എളുപ്പം വൃത്തിയാകും.

ഒരു ജാറിൽ അല്പം സോപ്പ് വെള്ളം കലക്കിവച്ചിരുന്നാൽ പാചകത്തിന് ഉപയോഗിക്കുന്ന സ്പൂണും, തവിയും, കത്തിയും മറ്റും അതിലിടാം. പിന്നീട് എളുപ്പത്തിൽ വൃത്തിയാക്കാവുന്നതാണ്.

അടുക്കളയിൽ ശ്രദ്ധിക്കുക

ഏതു ഇറച്ചിയാണെങ്കിലും ചെറു തീയിൽ വേവിക്കുക. വലിയ തീയിൽ പെട്ടെന്ന് വേവിച്ചാൽ ഇറച്ചിക്ക് മാർദ്ദവം ഉണ്ടാകില്ല.

പച്ചക്കറികൾ ചേർക്കുന്ന വെള്ളത്തിൽ അല്പം സോഡാ ഉപ്പു ചേർത്ത് നന്നായി ഇളക്കി പാത്രം അടച്ചുവച്ചു നല്ല തീയിൽ പെട്ടെന്ന് പാകം ചെയ്താൽ പച്ചക്കറിക്ക് നല്ല നിറവും സ്വാദും ഉണ്ടാകും.

മുട്ട ചെറുതീയിൽ പാകം ചെയ്യുക. വലിയ തീയിൽ പാകം ചെയ്താൽ മുട്ടയുടെ മാർദ്ദവം നഷ്ടമാകും.

ഉണക്കിപ്പൊടിച്ച ചേരുവകൾ മാവിൽ ചേർക്കുമ്പോൾ അവ ചേർത്തു അരിപ്പയിൽ തെള്ളിയെടുത്താൽ ചേരുവ മാവിൽ നന്നായി യോജിക്കും.

പ്രഷർ കുക്കർ പെട്ടെന്ന് തുറക്കേണ്ടിവന്നാൽ കുക്കർ തണുത്ത വെള്ളത്തിൽ ഇറക്കി വയ്ക്കുകയോ അടപ്പിന് മീതെ വെള്ളമൊഴിച്ചോ തണുപ്പിക്കുക. വെള്ളം ഒഴിക്കുമ്പോൾ വെയ്റ്റിനു മീതെ ആകാതിരിക്കാൻ പ്രത്യേകം ശ്രദ്ധിക്കുക.

പുട്ടിനുള്ള പൊടി തയ്യാറാക്കുമ്പോൾ പച്ചരിയുടെ മൂന്നിലൊരു ഭാഗം പുഴുക്കലരി കൂടി ചേർത്ത് പൊടിച്ചാൽ പുട്ടിനു നല്ല മയവും രുചിയും കൂടും.

പാൻ കേക്കിനുള്ള മാവ് തയ്യാറാക്കാൻ വെള്ളത്തിന് പകരം സോഡ ചേർത്താൽ പാൻ കേക്കിനു നല്ല മയമുണ്ടാകും.

പാസ്ത വേവിക്കുന്ന വെള്ളത്തിൽ ഒലിവ് ഓയിൽ ഒഴിക്കരുത്. കാരണം പിന്നീട് സോസ് ചേർക്കുമ്പോൾ സോസ് പാസ്തയിൽ പിടിക്കില്ല.

പൂരിക്കുള്ള കുഴയ്ക്കുന്ന മാവിൽ അല്പം റവ ചേർത്താൽ കൂടുതൽ

രുചി ഉണ്ടാകും.

ഇഞ്ചിവെളുത്തുള്ളി പേസ്റ്റ് ഉണ്ടാക്കാൻ 60 ശതമാനം വെളുത്തുള്ളിക്ക് 40 ശതമാനം ഇഞ്ചി എന്ന കണക്കിൽ യോജിപ്പിക്കുക.

മുട്ട ചിക്കി പൊരിക്കുന്നതിൽ റൊട്ടിപ്പൊടി ചേർത്താൽ രുചി കൂടുന്നതിനൊപ്പം അളവും കൂടും.

ജെല്ലി മോൾഡ് പ്ലേറ്റിലേക്കു കമിഴ്ത്തും മുൻപ് ഏതാനും നിമിഷം ചൂട് വെള്ളത്തിൽ മുക്കുക. എളുപ്പത്തിൽ പാത്രത്തിൽനിന്നും വിട്ടു വരും.

കസ്റ്റേർഡ് ഉണ്ടാക്കിയ ശേഷം ചൂടാറാൻ വയ്ക്കുമ്പോൾ അതിനു മുകളിൽ അല്പം പഞ്ചസാര വിതറിയാൽ പാട കെട്ടില്ല.

കേക്ക് ഐസിങ്ങിനും മറ്റും ഉപയോഗിക്കുന്ന ലിക്വിഡ് ഗ്ലൂക്കോസ്

എടുക്കാൻ അല്പം നനവുള്ള സ്പൂൺ ഉപയോഗിക്കുക.

നന്നായി പഴുത്ത പഴം അധികം വന്നാൽ തൊലി കളഞ്ഞശേഷം ഫ്രീസറിൽ വയ്ക്കുക. ഇതു പുറത്തെടുത്തു ചോക്ലേറ്റ് ഉരുക്കിയതിൽ മുക്കി വീണ്ടും തിരികെ ഫ്രീസറിൽ വയ്ക്കുക. നല്ല സ്നാക്സ് റെഡി.

പ്ലാസ്റ്റിക് കവറിൽ ദ്വാരമിട്ടു ആപ്പിൾ അതിലിട്ട് ഫ്രിഡ്ജിൽ സൂക്ഷിച്ചാൽ ആപ്പിൾ കൂടുതൽ കാലം കേടാകാതിരിക്കും.

സാലഡിനുള്ള ലെറ്റൂസ് ഇല വാടിപ്പോയാൽ അതിൽ നാരങ്ങനീര് ചേർത്ത് തണുത്ത വെള്ളത്തിലിട്ട് ഒരു മണിക്കൂർ ഫ്രിഡ്ജിൽ വച്ച ശേഷം ഉപയോഗിക്കുക.

കേക്കും ജാമും ഉണ്ടാക്കുമ്പോൾ

കൂടുതൽ സമയം ബേക്ക് ചെയ്യേണ്ടി വരുമ്പോൾ കേക്കിന്റെ അരികു കരിഞ്ഞു പിടിക്കാതിരിക്കാൻ ബട്ടർ പേപ്പർ രണ്ടു മടക്കായി കേക്ക് ടിന്നിൽ ഇടുക.

ജാം ഉണ്ടാക്കുമ്പോൾ നല്ല തിളക്കം കിട്ടാനായി ഒരു ചെറിയ സ്പൂൺ ഗ്ലിസറിൻ ചേർക്കുക.

മുന്തിരിങ്ങകൊണ്ട് വൈൻ ഉണ്ടാക്കുമ്പോൾ കരിങ്ങാലിക്കാതൽ ഇട്ടു തിളപ്പിച്ചാറ്റിയ വെള്ളം ഉപയോഗിച്ചാൽ വൈനിനു നല്ല നിറവും ഔഷധഗുണവും കിട്ടും.

ഐസ്ക്രീം ഉണ്ടാക്കുമ്പോൾ ക്രീം പിരിഞ്ഞു പോയാൽ അത് മിക്സിയിൽ ഇട്ടു അടിച്ചശേഷം ഫ്രിഡ്ജിൽ വയ്ക്കുക. ക്രീം ശരിയായി കിട്ടും.

ക്രീം അടിക്കുന്നതിനുമുൻപ് ക്രീമും അടിക്കുന്ന പാത്രവും തണുപ്പിക്കുക. ക്രീം കൂടുതൽ നേരം അടിക്കരുത്. അത് വെണ്ണയായി പോകും.

ജിലേബിക്ക് ഉഴുന്നാട്ടിയാൽ ഉടൻതന്നെ ഉണ്ടാക്കുക. അല്ലെങ്കിൽ മാവ് പുളിക്കും. മാത്രമല്ല കൂടുതൽ എണ്ണയും കുടിക്കും.

ഫ്രിഡ്ജിൽ ഭക്ഷ്യവസ്തുക്കൾ സൂക്ഷിക്കുമ്പോൾ

ഓരോ ദിവസത്തേക്കുമുള്ള ഭക്ഷണം വെവ്വേറെ പാത്രത്തിൽ സൂക്ഷിക്കുക. ആവശ്യമുള്ളത് മാത്രം ഉപയോഗിക്കുക.

ഫ്രിഡ്ജിൽ നിന്നെടുത്തു ചൂടാക്കിയ ഭക്ഷണം വീണ്ടും തണുപ്പിക്കാൻ ഫ്രിഡ്ജിൽ വയ്ക്കരുത്.

വൈദ്യുതി ഇല്ലാതെ ഒരു ദിവസത്തിലേറെ ഫ്രിഡ്ജ് പ്രവർത്തിക്കാതെ വന്നാൽ അതിനകത്തുള്ള ഭക്ഷണം കഴിക്കരുത്.

പലതരം ഭക്ഷണം ഫ്രിഡ്ജിൽ തുറന്നു വയ്ക്കരുത്.

പൊട്ടിയതോ വിള്ളൽ വീണതോ ആയ ഭക്ഷണം ഫ്രിഡ്ജിൽ വയ്ക്കരുത്.

പാചകം എളുപ്പമാക്കാൻ

മത്തങ്ങയും, വെള്ളരിക്കയും മറ്റും വലിയ കഷണങ്ങളായി മുറിച്ചു വച്ചാൽ പെട്ടെന്ന് കേടാകില്ല.

സവാള വഴറ്റുമ്പോൾ അല്പം ഉപ്പു ചേർത്താൽ എളുപ്പത്തിൽ വഴന്നു കിട്ടും

ടൊമാറ്റോ സൂപ്പ് ഉണ്ടാക്കുമ്പോൾ ഒരു കാരറ്റ് കൂടി ചേർത്താൽ

പുളി കുറയുമെന്ന് മാത്രമല്ല പോഷക ഗുണവും നിറവും വർദ്ധിക്കും.

സൂപ്പിൽ റൊട്ടിക്കഷണം വറുത്തിട്ട് അലങ്കരിക്കുന്നതിന് പകരം പോപ്‌കോൺ ഇടുക.

പാവയ്ക്ക പാകം ചെയ്യുമ്പോൾ മൂന്നോ, നാലോ കഷണം പച്ച മാങ്ങ ഇടുക. പാവയ്ക്കയുടെ കയ്പ്പ് കുറയുകയും കറിക്ക് കൂടുതൽ രുചി ലഭിക്കുകയും ചെയ്യും

അരിയും പാസ്തയും മറ്റും തിളപ്പിക്കുമ്പോൾ പാത്രത്തിന്റെ വക്കിൽ അല്പം എണ്ണ പുരട്ടിയാൽ തിളച്ചു തൂവില്ല.

ദോശയ്ക്കും, വോഫിൾസിനുമുള്ള മാവിൽ അല്പം പഞ്ചസാര ചേർത്താൽ അവ പാകം ചെയ്യുമ്പോൾ നല്ല കരുകരുപ്പും ബ്രൗൺ നിറവും ലഭിക്കും.

ഗോതമ്പ് ചപ്പാത്തിയും പൊറോട്ടയും ഉണ്ടാക്കുമ്പോൾ അല്പം അരിപ്പൊടി കൂടി ചേർത്ത് കുഴച്ചാൽ ചപ്പാത്തി, പൊറോട്ട എന്നിവ എളുപ്പം ദഹിക്കും.

പയറും, പരിപ്പും മറ്റും കുക്കറിൽ വേവിക്കുമ്പോൾ അല്പം എണ്ണ ഒഴിച്ച് കൊടുത്താൽ കുക്കറിന്റെ വിസിൽ അടഞ്ഞുപോകില്ല.

അടുക്കള എളുപ്പമാകാൻ

പൂരിക്കുള്ള മാവ് പരത്തി നനവുള്ള തുണിയുടെ ഇടയിൽ വയ്ക്കുക. നല്ല മാർദ്ദവം ലഭിക്കും. പൂരി മാവ് വിളമ്പുന്നതിനു തൊട്ടുമുൻപ് വറുക്കുക.

ചപ്പാത്തി ഉണ്ടാക്കി ഒരു തുണിയിൽ പൊതിഞ്ഞു കാസറോളിൽ വച്ചാൽ നല്ല മയവും ചൂടും ഉണ്ടാകും.

സമൂസയ്ക്ക് നല്ല കരുകരുപ്പുണ്ടാക്കാൻ മാവ് തയ്യാറാക്കുമ്പോൾ മൈദയിൽ അല്പം കോൺഫ്ളവർ കൂടി ചേർക്കുക.

അച്ചാറിനു മുകളിൽ എപ്പോഴും എണ്ണ തെളിഞ്ഞു കിടക്കുന്നുണ്ടെന്നു ഉറപ്പുവരുത്തുക. എണ്ണ കിടന്നാൽ അച്ചാറിൽ പൂപ്പൽ ഉണ്ടാകില്ല.

ഗാർലിക് ബ്രെഡ് വീട്ടിൽത്തന്നെ തയ്യാറാക്കാം. അല്പം വെളുത്തുള്ളി മയത്തിൽ അരച്ച് വെണ്ണയുമായി റൊട്ടി സ്ലൈസിൽ ചേർത്ത് തവയിൽ മൊരിച്ചെടുക്കുക. സൂപ്പിനൊപ്പം ഏറെ നല്ലതാണിത്.

അഞ്ചു കപ്പ് അരിക്ക് ഒരു കപ്പ് എന്ന അളവിൽ അവൽ ചേർത്തരച്ചാൽ ഇഡ്ഡലിക്ക് നല്ല മയമുണ്ടാകും.

ഫ്രിഡ്ജും മിക്സിയും ഉപയോഗിക്കുമ്പോൾ

ഫ്രിഡ്ജിലെ വാതിലിലെ ബീഡിങ് ഇടയ്ക്കിടെ വിനാഗിരിയിൽ മുക്കിയ തുണികൊണ്ട് തുടച്ചാൽ പൂപ്പൽ ഉണ്ടാകില്ല.

മിക്സിയുടെ ബൗൾ ഉപയോഗിച്ചശേഷം വൃത്തിയാകാൻ ബൗൾ ഒന്ന് കഴുകിയ ശേഷം രണ്ടോ, മൂന്നോ തുള്ളി ഡിഷ് വാഷ് ലിക്യുഡും, ചെറുചൂട് വെള്ളവും ചേർത്ത് അടിക്കുക. പിന്നീട് ബൗളിൽ നല്ല വെള്ളം ഒഴിച്ച് ഒന്നുകൂടെ അടിച്ചശേഷം കഴുകി എടുക്കുക.

മിക്സിയുടെ ബൗളിനുള്ളിലെ ദുർഗ്ഗന്ധം മാറ്റാൻ പുതിനയിലയോ, നാരങ്ങാ തൊലിയോ ഇട്ടു അടിക്കുക.

മിക്സിയുടെ ജാറിൽ അല്പം എണ്ണ പുരട്ടിയ ശേഷം മസാലയും മറ്റും അടിച്ചാൽ ബൗളിനുള്ളിൽ മസാലയുടെ നിറം പറ്റിപ്പിടിച്ചിരിക്കുകയില്ല.

കട്ലറ്റിനുള്ള ഇറച്ചി മിൻസ് ചെയ്ത ശേഷം അതെ ബൗളിൽ ഒരു കഷണം റൊട്ടി അടിച്ചെടുക്കുക. ഇറച്ചിയുടെ അംശം മുഴുവൻ പോയിക്കിട്ടും.

അടുക്കളയിൽ ഉപയോഗിക്കുന്ന കട്ടിങ് ബോർഡ് രണ്ടാഴ്ച കൂടുമ്പോൾ അല്പം എണ്ണ പുരട്ടി വയ്ക്കുക.

കട്ടിങ് ബോർഡ് ഓരോ പ്രാവശ്യവും ഉപയോഗിച്ചശേഷം കഴുകി തുടച്ചുവച്ച് സൂക്ഷിക്കുക. നനവുള്ള പ്രതലത്തിൽ എളുപ്പം രോഗാണുക്കൾ കൂടുകൂട്ടും.

ബാക്കി വന്ന കട്ടൻ ചായ ഉപയോഗിച്ച് കബോർഡിന്റെ തടി തുടച്ചാൽ കറകൾ മാറിക്കിട്ടും.

ബേക്കിങ് സോഡയിൽ വെള്ളം ചേർത്ത് പേസ്റ്റ് രൂപത്തിലാക്കുക. അടുക്കളയിൽ കാപ്പിയുടെയും, ചായയുടെയും കറ മാറ്റുവാൻ ഈ പേസ്റ്റ് നന്നായി ഉരയ്ക്കുക. അര മണിക്കൂറിനുശേഷം നനഞ്ഞ തുണികൊണ്ട് തുടച്ചാൽ കറകൾ മുഴുവൻ പോകും.

മധുര വിശേഷം

മധുരമില്ലാത്ത ചായയും കാപ്പിയും തയ്യാറാക്കുമ്പോൾ അതിൽ ഒരു ചെറിയ കഷണം കറുവപ്പട്ട ചേർക്കുക. മധുരത്തിന്റെ കുറവ് അറിയില്ല. ഒരു ഏലയ്ക്ക ചതച്ചതോ ഒരു നുള്ള് ജാതിക്ക ചുരണ്ടിയതോ ഇതേ ഗുണം തന്നെ നല്കും.

ചായയിൽ അല്പം ഇഞ്ചി, ഫ്രഷ് പഴങ്ങൾ, അല്പം കുരുമുളക് പൊടി എന്നിവ നല്ല രുചി നല്കും.

പുഡ്ഡിങ്ങിനു മധുരം പകരാൻ മധുരമുള്ള പഴങ്ങൾ അരച്ചത് ചേർക്കുക.

ഗ്യാസ് നിറച്ച പാനീയങ്ങൾക്കു പകരം വെള്ളത്തിൽ അല്പം ഫ്രൂട്ട് ജ്യൂസ് ചേർത്തും ഉപയോഗിക്കാം.

പഞ്ചസാരയ്ക്ക് പകരം തേൻ ഉപയോഗിക്കാവുന്നതാണ്.

പാചകം പോഷണം പോകാതെ

പച്ചക്കറികൾ മുറിക്കുന്നതിനുമുൻപ് കഴുകുക. മുറിച്ച ശേഷം കഴുകിയാൽ അവയിലെ വിറ്റാമിനുകളും ധാതുക്കളും നഷ്ടമാകും. വെള്ളത്തിൽ അലിയുന്ന വിറ്റാമിൻ സി, തയ്മീൻ, ഫോളിക് ആസിഡ് തുടങ്ങിയ പോഷകങ്ങളാണ് നഷ്ടമാകുക.

അരിയും മറ്റു ധാന്യങ്ങളും കൂടുതൽ തവണ കഴുകുമ്പോൾ മാത്രമല്ല ചോറ് വാർക്കുമ്പോഴും പോഷകങ്ങൾ നഷ്ടമാകും. അതിനാൽ വെള്ളം ആവശ്യമായ അളവിൽ മാത്രം ചേർക്കുക.

പച്ചക്കറികൾ കൂടുതൽ ആവിയിൽ വേവിക്കാൻ ശ്രദ്ധിക്കുക. പ്രഷർ

കുക്കറിൽ പാചകം ചെയ്യുമ്പോൾ പോഷക നഷ്ടം കുറയ്ക്കും.

അച്ചാർ വരണ്ടു പോയാൽ അല്പം എണ്ണ ചൂടാക്കി ചൂടാറിയശേഷം അച്ചാറിനു മുകളിൽ ഒഴിക്കുക.

ഇഡ്ഡലിദോശ മാവ് പുളിച്ചു പോകാതിരിക്കാൻ അതിൽ ഒരു വെറ്റില ഇട്ടു വയ്ക്കുക.

ചപ്പാത്തിക്കുള്ള മാവ് കുഴയ്ക്കുമ്പോൾ കാരറ്റ് ഗ്രേറ്റ് ചെയ്തതോ, ചീര അരച്ച് അരച്ചതോ ചേർക്കാം. കാണാൻ ഭംഗിയുണ്ടാകും എന്ന് മാത്രമല്ല പോഷക സമൃദ്ധവുമാകും.

നാരങ്ങ ഒരു പകുതി ബാക്കി വന്നാൽ അതിൽ ഒരല്പം ഉപ്പു പുരട്ടിയാൽ മതി. മൂന്ന്, നാല് ദിവസം കേടു കൂടാതെയിരിക്കും.

അടുക്കള പരിഹാരങ്ങൾ

നെയ്യ് കനച്ചു പോയാൽ അതിൽ ഒരു തണ്ട് മുരിങ്ങയില ചേർത്ത് തിളപ്പിക്കുക. ചൂടാറിയശേഷം അരിച്ചെടുത്ത് ഉപയോഗിക്കാം.

കസ്റ്റേർഡ് ഉണ്ടാക്കി ചൂടാറാൻ വയ്ക്കുമ്പോൾ മുകളിൽ അല്പം പഞ്ചസാര വിതറുക. പാട കെട്ടില്ല.

ബിരിയാണി പുലാവ് തയ്യാറാക്കുമ്പോൾ അടിയിൽ പിടിച്ച മണം വന്നാൽ ബിരിയാണിയുടെ മുകളിൽ ഒരു കഷണം റൊട്ടി വച്ചശേഷം പാത്രം നന്നായി അടച്ചു വയ്ക്കുക. ഒരു മിനിട്ടിനുള്ളിൽ കരിഞ്ഞ മണം മുഴുവൻ റൊട്ടി വലിച്ചെടുക്കും.

ഇഞ്ചി, വെളുത്തുള്ളി അല്ലെങ്കിൽ പച്ചമുളക് ഓരോ വലിയ സ്പൂൺ എണ്ണയും ഒരു നുള്ള് ഉപ്പും ചേർത്ത് പേസ്റ്റാക്കി വായു കടക്കാത്ത പാത്രത്തിലാക്കി ഫ്രിഡ്ജിൽ സൂക്ഷിച്ചാൽ ഏറെക്കാലം കേടുകൂടാതെയിരിക്കും.

ഗുലാബ് ജാമുൻ ഉണ്ടാക്കുമ്പോൾ കട്ടിയായിപ്പോയാൽ പഞ്ചസാര പാനിയിലിട്ടു പ്രഷർ കുക്കറിൽ വേവിക്കുക. നല്ല മൃദുവാകും.

ഉരുളക്കിഴങ്ങ് വറുത്തത് തണുത്ത് പോയാൽ 30 – 60 സെക്കൻഡ് മൈക്രോവേവിൽ വയ്ക്കുക. നല്ല കരുകരുപ്പുണ്ടാകും.

സൂപ്പിൽ ഉപ്പുകൂടിയാൽ ഒരു കഷണം വേവിക്കാത്ത ഉരുളക്കിഴങ്ങ് ചേർത്താൽ അത് ഉപ്പു വലിച്ചെടുക്കും.

പ്ലാസ്റ്റിക് ബാഗിൽനിന്ന് കിട്ടുന്ന വെണ്ണ അല്പവും നഷ്ടമാകാതെ പുറത്തെടുക്കാൻ ബാഗ് ഒന്നോ, രണ്ടോ മണിക്കൂർ ഫ്രീസറിൽ വയ്ക്കുക. അതിനുശേഷം ബാഗിൽനിന്നു മാറ്റുക.

ഓരോ പ്ലേറ്റുകൾക്കിടയിലും പേപ്പർ നാപ്പ്കിൻ വച്ചാൽ പാത്രത്തിലെ പോറലുകളും വരയും ഉണ്ടാകുന്നത് പൂർണ്ണമായും ഒഴിവാക്കാം.

ചോപ്പിങ് ബോർഡ് വൃത്തിയാക്കാൻ ഒരു നാരങ്ങയുടെ നീരിൽ ഒരു സ്പൂൺ ബേക്കിങ് സോഡാ ചേർത്ത് പുരട്ടുക. അര മണിക്കൂറിനു ശേഷം ചൂട് വെള്ളം ഉപയോഗിച്ചു കഴുകിയാൽ മതി.

സൂപ്പ് അലങ്കരിക്കാൻ വറുത്ത റൊട്ടിക്കഷണങ്ങൾക്കു പകരം പോപ് കോൺ ഉപയോഗിക്കാം. പോപ്കോൺ കൂടുതൽ ആരോഗ്യകരവുമാണ്.

ഐസ് ട്രേ ഫ്രീസറിൽ ഒട്ടിപ്പിടിക്കാതിരിക്കാൻ അവയുടെ അടിയിൽ അല്പം എണ്ണ പുരട്ടിയശേഷം ഫ്രീസറിൽ വയ്ക്കുക.

ചക്കയുടെ അരക്കു കത്തിയിൽനിന്ന് മാറ്റാൻ കത്തി ഗ്യാസ് ബർണറിന് മുകളിൽ പിടിച്ചു ചൂടാക്കുക. ഇതിനുശേഷം സാൻഡ്പേപ്പർ കൊണ്ട് തുടച്ചു മാറ്റിയാൽ മതി.

പച്ചക്കറികൾ സൂക്ഷിക്കാം, കൂടുതൽ ശ്രദ്ധയോടെ

കാരറ്റിന്റെ പൊടിപ്പുള്ള ഭാഗം മുറിച്ചു കളഞ്ഞശേഷം വച്ചാൽ കൂടുതൽ കാലം കേടാകാതിരിക്കും. ഒരു പാത്രത്തിൽ വെള്ളം നിറച്ചു അതിൽ കാരറ്റ് ഇട്ടു വച്ചിരുന്നാലും കേടാകാതെ സൂക്ഷിക്കാം.

ഉരുളക്കിഴങ്ങ് നിലത്തു നിരത്തിയിടുക. പേപ്പർ ബാഗുകളിൽ സൂക്ഷിക്കുന്നതും നല്ലതാണ്.

കോളിഫ്ളവർ ഒരു പ്ലാസ്റ്റിക് ബാഗിലാക്കി ഫ്രിഡ്ജിൽ സൂക്ഷിക്കുക.

വെള്ളരിക്ക ഫ്രിഡ്ജിൽ സൂക്ഷിക്കേണ്ട കാര്യമില്ല. പുറത്തു വച്ചാൽ മതിയാകും. ഫ്രിഡ്ജിൽ വച്ചാൽ അഴുകാനുള്ള സാദ്ധ്യത കൂടും.

മല്ലിയില വാങ്ങിയാലുടൻ അലൂമിനിയം ഫോയിലിൽ പൊതിഞ്ഞു സൂക്ഷിക്കുക. ഇല്ലെങ്കിൽ പൊടിയായി അരിഞ്ഞു ഐസ് ട്രേയിലാക്കി ഫ്രീസ് ചെയ്യുക. പിന്നീട് ഈ ഐസ് ക്യൂബുകൾ ഒരു പ്ലാസ്റ്റിക് ബാഗിലാക്കി സൂക്ഷിക്കുക. ആവശ്യാനുസരണം ഉപയോഗിക്കാം.

വഴുതനങ്ങ അധികം സൂര്യപ്രകാശമില്ലാത്ത വായു സഞ്ചാരമുള്ള സ്ഥലത്ത് സൂക്ഷിക്കുക.

കടയിൽനിന്ന് വാങ്ങുന്ന സെലറി തണ്ടുകൾ ഒരു കഷണം ഉരുളക്കിഴങ്ങ് അരിഞ്ഞിട്ട വെള്ളത്തിൽ ഇട്ടു വയ്ക്കുക. വാട്ടം മാറും. ഫ്രിഡ്ജിൽ സൂക്ഷിക്കുകയാണെങ്കിൽ അതിനു മുൻപ് നാരങ്ങാ നീര് ചേർത്ത വെള്ളത്തിൽ അല്പനേരം മുക്കി വയ്ക്കുക.

കറിവേപ്പില വാഴപ്പോളയ്ക്കുള്ളിൽ കെട്ടിവച്ചാൽ കൂടുതൽ കാലം ഫ്രെഷായി ഇരിക്കും.

അടുക്കള: പൊടിക്കൈകൾ

ഉരുളക്കിഴങ്ങ് കഷ ണങ്ങളാക്കാതെ മുഴുവ നോടെ തന്നെ ഉപ്പു ചേർത്ത വെള്ളത്തിൽ വേവിക്കുക. വേവാകുമ്പോൾ തൊലി എളുപ്പ ത്തിൽ പൊളിച്ചെടുക്കാം.

ഉരുളക്കിഴങ്ങ് പുഴു ങ്ങിയ ശേഷം അല്പം പാൽ ചേർത്ത് ഉടച്ചാൽ നല്ല മയ മുണ്ടാകും.

ചീസ് ഗ്രേറ്റ് ചെയ്യും മുൻപ് ഗ്രേറ്ററിൽ എണ്ണ പുരട്ടിയശേഷം ഉപ യോഗിച്ചാൽ ഗ്രേറ്റർ എളുപ്പ ത്തിൽ വൃത്തിയാക്കാം.

തക്കാളി ബ്രൗൺ പേ പ്പറിൽ പൊതിഞ്ഞു വച്ചാൽ എളുപ്പം പഴുക്കും.

ഏത്തപ്പഴം ഫ്രിഡ്ജിൽ സൂക്ഷിക്കുക. തൊലി നന്നായി കറുത്ത് പോകുമെങ്കിലും അധികം പഴുത്തു പോകില്ല.

പച്ചക്കറികൾ
പാകം ചെയ്യുമ്പോൾ ശ്രദ്ധിക്കേണ്ടവ

കിഴങ്ങ് വർഗ്ഗങ്ങൾ, പരിപ്പ്, പയർ, കശുവണ്ടി എന്നിവ വെന്ത ശേഷം മാത്രം ഉപ്പു ചേർക്കുക.

പച്ചക്കറികൾ വേവാൻ വെള്ളം അധികം ചേർക്കരുത്. വെന്തശേഷം അധികമുള്ള വെള്ളം ഊറ്റിക്കളയാതെ സൂപ്പ് ഉണ്ടാക്കാനോ ഉരുളക്കിഴങ്ങോ മറ്റോ വേവിക്കാനോ ഉപയോഗിക്കാം.

വെള്ളമയമുള്ള ചീര, പടവലങ്ങ തുടങ്ങിയ പച്ചക്കറികൾ വേവാൻ അല്പം വെള്ളം തളിച്ചാൽ മതിയാകും.

പച്ചക്കറികൾ വിളമ്പുന്നതിനു തൊട്ടുമുൻപ് കടുക് വറുത്തിട്ടാൽ കൂടുതൽ രുചിയുണ്ടാകും.

സാമ്പാറും മറ്റു ഒഴിച്ച് കറികളും രണ്ടാമത് ചൂടാക്കുമ്പോൾ നേരിട്ട് അടുപ്പിൽ വച്ച് ചൂടാക്കാതെ തിളയ്ക്കുന്ന വെള്ളത്തിൽ ഇറക്കിവച്ചു ചൂടാക്കുക. ചൂടായ ശേഷം ഇതിൽ അല്പം കടുക് വറുത്ത് ചേർക്കുകയും ചെയ്താൽ കറിയുടെ പുതുമ നഷ്ടപ്പെടില്ല.

പൊടിക്കൈകൾ അറിഞ്ഞിരിക്കുക

ഒരു കഷണം ഇന്തുപ്പിട്ടാൽ വെളിച്ചെണ്ണ കനയ്ക്കില്ല.

ഗ്രീൻപീസ് പാകം ചെയ്യുമ്പോൾ അല്പം വിനാഗിരി ചേർത്താൽ അതിന്റെ നിറം നഷ്ടപ്പെടില്ല.

ഗ്രീൻപീസ് വേവിക്കുമ്പോൾ അല്പം പഞ്ചസാര ചേർത്താൽ സ്വാദു കൂടും.

കാരറ്റിന്റെ ജലാംശം നഷ്ടപ്പെടാതിരിക്കാൻ മുകൾവശം മുറിച്ചു മാറ്റി ഫ്രിഡ്ജിൽ സൂക്ഷിച്ചാൽ മതി.

പാവയ്ക്ക വേവിക്കുമ്പോൾ വെള്ളത്തിൽ അല്പം തൈര് ചേർത്താൽ കയ്പ്പുണ്ടാകില്ല.

വെണ്ണ ഉരുക്കുമ്പോൾ അല്പം മുരിങ്ങയില ചേർത്താൽ നെയ്ക്ക് നല്ല ഗന്ധമുണ്ടാകും.

കറിയിൽ മഞ്ഞൾ കൂടിയാൽ ഒരു ഇരുമ്പ് സ്പൂൺ തീയിൽ പഴുപ്പിച്ചു കറിയിൽ മുക്കിയാൽ മതി.

അരി അരയ്ക്കുമ്പോൾ അല്പം പാൽ കൂടി ചേർത്താൽ അപ്പത്തിനു നല്ല മാർദ്ദവം കിട്ടും.

പഞ്ചസാര പാത്രത്തിൽ അല്പം ഗ്രാമ്പു ഇട്ടാൽ ഉറുമ്പ് അരിക്കില്ല.

പഞ്ചസാര പാവ് കൂട്ടിയത് കട്ടിയാകാതിരിക്കാൻ പഞ്ചസാര ലായനി ചൂടാക്കും മുൻപ് രണ്ടു നുള്ള് സോഡിയം കാർബണേറ്റ് ചേർക്കുക.

ദോശ മാവ് പുളിക്കാതിരിക്കാൻ അതിൽ രണ്ടു കീറു വാഴയില ഇട്ടു വച്ചാൽ മതി.

ഉരുളക്കിഴങ്ങ് പുഴുങ്ങുമ്പോൾ വെള്ളത്തിൽ ഒരു നാരങ്ങയുടെ നീര് കൂടി ചേർത്താൽ ഉരുളക്കിഴങ്ങ് നന്നായി വേവും. രുചിയും കൂടും.

പാൽ കാച്ചുമ്പോൾ പാത്രത്തിന്റെ വക്കിൽ അല്പം ഗ്ലിസറിൻ

പുരട്ടിയാൽ പാൽ തിളച്ചു മറിയില്ല.

പാൽ കാച്ചിയ ഉടൻ കാറ്റു തട്ടാതെ അടച്ചു വച്ചാൽ പാടയുണ്ടാകില്ല.

കട്‌ലെറ്റ് വറുക്കുമ്പോൾ പൊടിഞ്ഞു പോകാതിരിക്കാൻ അതിൽ അല്പം ഉഴുന്നുമാവ് കൂടി ചേർത്താൽ മതി.

ഗ്രാമ്പൂവിന്റെ ഇല ചേർത്ത് ഇറച്ചി പാകം ചെയ്താൽ കറിക്ക് നല്ല സ്വാദ് കൂടും. നല്ല വാസനയും കിട്ടും.

ഇറച്ചി വറുക്കുമ്പോഴും കറി വയ്ക്കുമ്പോഴും ഒന്നോ രണ്ടോ തക്കാളി കൂടി ചേർത്താൽ ഇറച്ചി മൃദുവാകും. നന്നായി വേവുകയും ചെയ്യും.

വൃത്തിയാക്കാം, ശ്രദ്ധയോടെ

സാൻവിച്ച് മേക്കറിനുൾവശം വൃത്തിയാക്കാൻ, ചൂടോടെ ഇരിക്കുമ്പോൾത്തന്നെ ഒരു നാരങ്ങയുടെ പകുതികൊണ്ട് ഉരച്ച ശേഷം മൃദുവായ തുണികൊണ്ട് തുടയ്ക്കണം.

മെറ്റലിന്റെ അരിപ്പ വൃത്തിയാക്കാൻ അത് നേരെ തീയുടെ മുകളിൽ പിടിച്ചശേഷം ബ്രഷ് കൊണ്ട് ഉരച്ചു വൃത്തിയാക്കാം.

മൂന്നു സ്പൂൺ വെള്ളത്തിൽ അല്പം വിനാഗിരി ചേർത്ത് അടുക്കള തുടച്ചാൽ ഉറുമ്പ് ശല്യം ഒഴിവാക്കാം.

അച്ചാറിട്ടു വയ്ക്കുന്ന ചില്ല് കുപ്പിയുടെ മണം കളയാൻ എളുപ്പവഴി, ഒരു തീപ്പെട്ടി കമ്പ് കത്തിച്ചു ആ കമ്പ് തീയോടു കൂടി അകത്തിട്ടു കുപ്പി മുറുകെ അടച്ചു വയ്ക്കുക. ഏതാനും മിനിട്ടിനുശേഷം ചെറു ചൂടുള്ള സോപ്പുവെള്ളംകൊണ്ട് കഴുകി വൃത്തിയാക്കാം.

ഡിന്നർ പ്ലേറ്റുകൾക്ക് നല്ല തിളക്കം ലഭിക്കാൻ നാരങ്ങാനീരും ഉപ്പും ചേർത്ത വെള്ളംകൊണ്ട് കഴുകുക.

അടുക്കളയിൽ പാത്രം കഴുകാൻ ഉപയോഗിക്കുന്ന സോപ്പുകട്ടയുടെ അടിയിൽ ഒരു സ്പോഞ്ച് വയ്ക്കുക. സോപ്പ് ഉണങ്ങിയിരിക്കും. സ്പോഞ്ച് കുതിർത്തു കഴിയുമ്പോൾ അതുകൊണ്ട് അടുക്കളയുടെ മുകൾവശവും ടൈലുകളും വൃത്തിയാക്കാം.

അടുക്കള അറിവുകൾ

പച്ചക്കറികളിലെ കീടനാശിനികൾ ഏറെ ഹാനികരമാണ്. പച്ചക്കറികൾ കൂടുതൽ നേരം വെള്ളത്തിലിട്ടു വച്ച് കഴുകി വൃത്തിയാക്കി മാത്രം ഉപയോഗിക്കുക.

പച്ചക്കറികൾ വാളൻ പുളി വെള്ളത്തിലോ വിനാഗിരി ലായനിയിലോ, അഞ്ചു മിനിട്ട് മുതൽ പത്തു മിനിട്ട് വരെ മുക്കി വയ്ക്കുക. പിന്നീട് ടാപ്പിനടിയിൽ വച്ച് പലതവണ കഴുകുക. ടാപ്പിൽ കൂടി വരുന്ന വെള്ളത്തിന്റെ ശക്തമായ ഒഴുക്കിൽ കീടനാശിനിയുടെ അംശം ഒഴുകിപ്പോകും. എന്നാൽ പാത്രത്തിൽ ശേഖരിച്ച വെള്ളത്തിൽ മുക്കി കഴുകുമ്പോൾ അത് പോകില്ല. ഒരു ലിറ്റർ വെള്ളത്തിൽ 20 ഗ്രാം വാളൻപുളി പിഴിഞ്ഞ് അരിച്ച ലായനിയിലോ ഒരു ലിറ്റർ വെള്ളത്തിൽ രണ്ടു വലിയ സ്പൂൺ വിനാഗിരി ചേർത്ത മിശ്രിതത്തിലോ വേണം ഇവ മുക്കി വയ്ക്കാൻ.

പച്ചമുളക്, കാപ്സിക്കം, വഴുതന, വെണ്ടയ്ക്ക, കോളിഫ്ളവർ ഇവ മറ്റു പച്ചക്കറികൾ കഴുകും പോലെ നന്നായി കഴുകി ഞെട്ട് അടർത്തി വെള്ളം തോർന്നു പോകാൻ സുഷിരങ്ങളുള്ള പാത്ര

വൃത്തിയാക്കാം, ശ്രദ്ധയോടെ

സാൻവിച്ച് മേക്കറിനുൾവശം വൃത്തിയാക്കാൻ, ചൂടോടെ ഇരിക്കുമ്പോൾത്തന്നെ ഒരു നാരങ്ങയുടെ പകുതികൊണ്ട് ഉരച്ച ശേഷം മൃദുവായ തുണികൊണ്ട് തുടയ്ക്കണം.

മെറ്റലിന്റെ അരിപ്പ വൃത്തിയാക്കാൻ അത് നേരെ തീയുടെ മുകളിൽ പിടിച്ചശേഷം ബ്രഷ് കൊണ്ട് ഉരച്ചു വൃത്തിയാക്കാം.

മൂന്നു സ്പൂൺ വെള്ളത്തിൽ അല്പം വിനാഗിരി ചേർത്ത് അടുക്കള തുടച്ചാൽ ഉറുമ്പ് ശല്യം ഒഴിവാക്കാം.

അച്ചാറിട്ടു വയ്ക്കുന്ന ചില്ല് കുപ്പിയുടെ മണം കളയാൻ എളുപ്പവഴി, ഒരു തീപ്പെട്ടി കമ്പ് കത്തിച്ചു ആ കമ്പ് തീയോടു കൂടി അകത്തിട്ടു കുപ്പി മുറുകെ അടച്ചു വയ്ക്കുക. ഏതാനും മിനിട്ടിനുശേഷം ചെറു ചൂടുള്ള സോപ്പുവെള്ളംകൊണ്ട് കഴുകി വൃത്തിയാക്കാം.

ഡിന്നർ പ്ലേറ്റുകൾക്ക് നല്ല തിളക്കം ലഭിക്കാൻ നാരങ്ങാനീരും ഉപ്പും ചേർത്ത വെള്ളംകൊണ്ട് കഴുകുക.

അടുക്കളയിൽ പാത്രം കഴുകാൻ ഉപയോഗിക്കുന്ന സോപ്പുകട്ടയുടെ അടിയിൽ ഒരു സ്പോഞ്ച് വയ്ക്കുക. സോപ്പ് ഉണങ്ങിയിരിക്കും. സ്പോഞ്ച് കുതിർത്തു കഴിയുമ്പോൾ അതുകൊണ്ട് അടുക്കളയുടെ മുകൾവശവും ടൈലുകളും വൃത്തിയാക്കാം.

അടുക്കള അറിവുകൾ

പച്ചക്കറികളിലെ കീടനാശിനികൾ ഏറെ ഹാനികരമാണ്. പച്ചക്കറികൾ കൂടുതൽ നേരം വെള്ളത്തിലിട്ടു വച്ച് കഴുകി വൃത്തിയാക്കി മാത്രം ഉപയോഗിക്കുക.

പച്ചക്കറികൾ വാളൻ പുളി വെള്ളത്തിലോ വിനാഗിരി ലായനിയിലോ, അഞ്ചു മിനിട്ട് മുതൽ പത്തു മിനിട്ട് വരെ മുക്കി വയ്ക്കുക. പിന്നീട് ടാപ്പിനടിയിൽ വച്ച് പല തവണ കഴുകുക. ടാപ്പിൽ കൂടി വരുന്ന വെള്ളത്തിന്റെ ശക്തമായ ഒഴുക്കിൽ കീടനാശിനിയുടെ അംശം ഒഴുകിപ്പോകും. എന്നാൽ പാത്രത്തിൽ ശേഖരിച്ച വെള്ളത്തിൽ മുക്കി കഴുകുമ്പോൾ അത് പോകില്ല. ഒരു ലിറ്റർ വെള്ളത്തിൽ 20 ഗ്രാം വാളൻപുളി പിഴിഞ്ഞ് അരിച്ച ലായനിയിലോ ഒരു ലിറ്റർ വെള്ളത്തിൽ രണ്ടു വലിയ സ്പൂൺ വിനാഗിരി ചേർത്ത മിശ്രിതത്തിലോ വേണം ഇവ മുക്കി വയ്ക്കാൻ.

പച്ചമുളക്, കാപ്സിക്കം, വഴുതന, വെണ്ടയ്ക്ക, കോളിഫ്ളവർ ഇവ മറ്റു പച്ചക്കറികൾ കഴുകും പോലെ നന്നായി കഴുകി ഞെട്ട് അടർത്തി വെള്ളം തോർന്നു പോകാൻ സുഷിരങ്ങളുള്ള പാത്ര

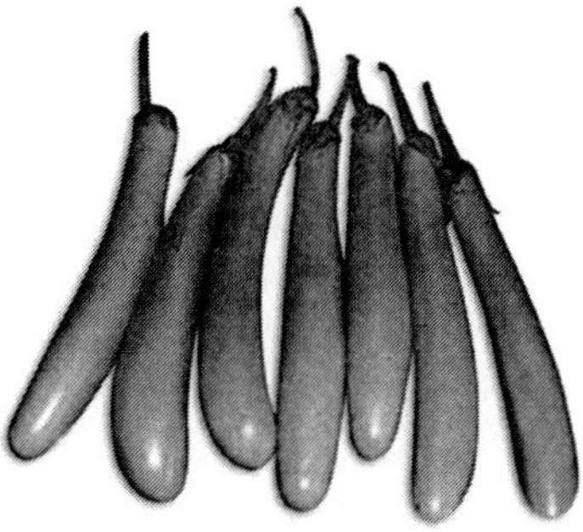

ത്തിൽ ഒരു രാത്രി വയ്ക്കുക. പിന്നീട് ഫ്രിഡ്ജിൽ സൂക്ഷിക്കാം.

വഴുതന, വെണ്ടയ്ക്ക, പാവയ്ക്ക, പയർ ഇവ കഴുകാനായി ഒരു ബ്രെഷോ, സ്ക്രബ്ബോ മാറ്റി വയ്ക്കുക. അതുപയോഗിച്ചു ഈ പച്ചക്കറികൾ നന്നായി ഉരച്ചു കഴുകാം.

കാബേജിന്റെ പുറത്തെ മൂന്നു ഇലകളെങ്കിലും നീക്കിയശേഷം ഉപയോഗിക്കുക. കാബേജും, കോളിഫ്ളവറും, ഉപ്പു ചേർത്ത ചൂട് വെള്ളത്തിൽ മുക്കിവയ്ക്കുന്നതും നല്ലതാണ്. കോളിഫ്ളവർ ഓരോ പൂവായി അടർത്തി വേണം

വെള്ളത്തിൽ മുക്കിയിടാൻ. പിന്നീട് നന്നായി കഴുകി ഉപയോഗിക്കുക.

ഏലയ്ക്ക പുറത്തെ തൊലി കളഞ്ഞശേഷം മാത്രം ഉപയോഗിക്കുക.

തക്കാളി ഞെട്ട് കളഞ്ഞശേഷം മാത്രം ഉപയോഗിക്കുക.

മൈക്രോവേവ് ഉപയോഗിച്ച് പാചകം ചെയ്യുമ്പോൾ

ബിസ്കറ്റ്, നട്സ്, ചിപ്സ് ഇവ ക്രിസ്പ് ആകാൻ ഒരു പോർസലൈൻ പ്ലേറ്റിൽ നിരത്തിയ ശേഷം ഹൈ പവറിൽ ഒരു മിനിട്ട് മൈക്രോവേവ് ചെയ്യുക.

തക്കാളിയുടെ തൊലി കളയാൻ കാൽക്കപ്പു വെള്ളത്തിൽ തക്കാളിയിട്ട് മൂടാതെ ഹൈപവറിൽ ഒരു മിനിട്ട് മൈക്രോവേവ് ചെയ്യുക. പിന്നീട് തണുത്ത വെള്ളത്തിലിട്ടാൽ തൊലി ഇളകിപ്പോകും.

ഏലയ്ക്ക, ഗ്രാമ്പൂ, ജീരകം എന്നിവ പൊടിക്കും മുൻപ് ഹൈ പവറിൽ ഒരു മിനിട്ട് മൈക്രോവേവ് ചെയ്യുക. പിന്നീട് പൊടിച്ചാൽ എളുപ്പം പൊടിഞ്ഞു കിട്ടും.

ഉപ്പുമാവ്, ബിരിയാണി, ചോറ് ചൂടാക്കുവാനായി ഇതിൽ ഒരു തുള്ളി വെള്ളം തളിച്ച് ഇളക്കിയശേഷം ഹൈ പവറിൽ മൂടി മുപ്പതു സെക്കന്റ് മൈക്രോവേവ് ചെയ്യുക .

തേങ്ങ വറുത്തു കിട്ടാൻ ചിരകി ഒരു പരന്ന പാത്രത്തിൽ നിരത്തിയശേഷം മീഡിയം പവറിൽ ഒരു മിനിട്ട് മൈക്രോവേവ് ചെയ്യുക. ഇട

യ്ക്കിടെ മൈക്രോവേവ് നിർത്തി പാത്രം പുറത്തെടുത്തു ഒന്ന് രണ്ടു പ്രാവശ്യം ഫോർക്കുകൊണ്ട് ഇളക്കി കൊടുക്കുക.

നെയ്യ് ഉണ്ടാക്കാനായി ഒരു കപ്പു പാൽപ്പാട മൈക്രോവേവ് അവനിൽ ഒരു പാത്രത്തിലെടുത്തു ഹൈ പവറിൽ പതിനഞ്ച് മിനിട്ട് വയ്ക്കുക.

റൊട്ടിപ്പൊടി തയ്യാറാക്കാൻ പച്ച റൊട്ടി മൂന്നു നാല് കഷണങ്ങളാക്കിയശേഷം മൂന്നു മിനിട്ട് ഹൈ പവറിൽ മൈക്രോവേവ് ചെയ്യുക. ഇടയ്ക്ക് ഒന്ന് രണ്ട് പ്രാവശ്യം ഫോർക്കുകൊണ്ട് ഇളക്കി കൊടുക്കുക.

ഇഡ്ഡലി ചൂടാക്കാൻ ഇഡ്ഡലിയുടെ രണ്ടു വശവും വെള്ളത്തിൽ മുക്കിയശേഷം ഹൈ പവറിൽ മുപ്പതു സെക്കന്റ് മുതൽ 60 സെക്കന്റ് വരെ മൈക്രോവേവ് ചെയ്യുക.

ഉണങ്ങിയ റൊട്ടി ഒരു ടിഷ്യു പേപ്പറിൽ വച്ച് 20 സെക്കന്റ് മൈക്രോവേവ് ചെയ്താൽ മയത്തിലുള്ള റൊട്ടി കിട്ടും.

ബദാം ഒരു പാത്രം വെള്ളത്തിലിട്ട് മൂന്നു മിനിട്ട് മൈക്രോവേവ് ചെയ്താൽ അതിന്റെ തൊലി വേഗം ഇളകിപ്പോരും.

പലഹാരം ഉണ്ടാക്കുമ്പോൾ

പാലപ്പവും വെള്ളയപ്പവും ഉണ്ടാക്കുമ്പോൾ കല്ലിൽ നിന്നും ചട്ടിയിൽനിന്നും എളുപ്പത്തിൽ ഇളകിക്കിട്ടാൻ ചട്ടി തലേന്ന് തന്നെ കഴുകി നല്ലെണ്ണ തൂത്തു വയ്ക്കുക. അപ്പം ഉണ്ടാക്കുന്നതിനു മുൻപ് ഒരു കോഴി മുട്ട പൊട്ടിച്ചു കല്ലിന്റെ എല്ലാ ഭാഗത്തും തൂത്ത ശേഷം കോരിയെടുക്കുക. ഈ മുട്ട കിഴിയാക്കി കെട്ടി ഓരോ പ്രാവശ്യവും അപ്പം ചുടുന്നതിനു മുൻപ് കല്ലിൽ തൂക്കുക.

ഉപ്പുമാവിന് കാരറ്റ്, ബീൻസ് തുടങ്ങിയ പച്ചക്കറികൾ ചേർക്കുമ്പോൾ അവ അരിഞ്ഞു ആവിയിൽ വേവിച്ചശേഷം ഉപ്പുമാവിൽ ചേർക്കുക. ഉപ്പുമാവു കൂടുതൽ രുചികരമാകും.